READ

VIETNAMESE

SHORT STORIES AND POEMS
TRUYỆN NGẮN VÀ THƠ

Book 1
Vietnamese Edition

Chi Quoc Nguyen, Ed.D.

LC Books
Second Edition
2015

Second Edition

ISBN-13: 978-0-9965563-0-9

CORRESPONDENCE:
 LC Books
 511 Rainwell Dr.
 San Jose, CA 95133
 USA

LỜI NÓI ĐẦU

Thưa bạn đọc,

Phiên bản Việt ngữ này gồm có 35 truyện cực ngắn hiện đại và 18 bài thơ mới về những kinh nghiệm sống và làm việc của một giáo viên gốc Việt trên quê Việt và nơi đất Mỹ.

Các truyện cực ngắn và những bài thơ hoàn toàn độc lập với nhau và có thể dùng để đọc giải trí đối với những bạn đọc thông thạo Việt ngữ hoặc dùng làm tài liệu học tập về đọc hiểu trong các lớp dạy Việt ngữ trung cấp. Giáo viên giảng dạy có thể tuỳ nghi lựa chọn và sắp xếp thứ tự các bài này theo ý riêng của mình.

Ngoài ra, còn có thêm ba phiên bản khác để đáp ứng yêu cầu riêng của các bạn đang học và dạy Việt ngữ: (1) *Phiên bản học sinh*, có thêm phần từ vựng và câu hỏi đọc hiểu; (2) *Phiên bản giáo viên*, ngoài phần gợi ý trả lời câu hỏi đọc hiểu còn có thêm phần chú thích về ngữ pháp Việt; (3) *Phiên bản Việt-Anh*, cung cấp thêm phần dịch sang tiếng Anh cho phần truyện và thơ tiếng Việt.

Tác giả ước mong quyển sách này sẽ mang lại cho bạn đọc nhiều giây phút thoải mái, bổ ích và hân hoan đón nhận những ý kiến xây dựng để những ấn bản kế tiếp được hoàn hảo hơn. Chúc các bạn đọc sách vui vẻ.

Trân trọng,
Chi Quoc Nguyen, Ed.D.
San Jose, CA
June 29, 2015

PREFACE

Dear readers,

This *Vietnamese Edition* consists of 35 modern mini short stories and 18 contemporary poems about the life and work of a Vietnamese teacher in his homeland and in The United States.

These mini short stories and poems can be used either as a pleasure-reading material for Vietnamese natives or as a reading-comprehension assignment in intermediate Vietnamese classes. They are independent to one another. Classroom teachers can pick and choose them in any order as they like or see fit.

Also, there are three additional editions to meet the special needs of those who are learning or teaching the language: (1) *Student's Edition*, which contains word lists and comprehension questions for each reading; (2) *Teacher's Edition*, which gives grammatical notes in addition to clues for comprehension questions; and finally (3) *Vietnamese-English Edition*, which supplies an English translation for each of the stories and poems.

The author wishes both native Vietnamese readers and Vietnamese language learners best moments of pleasant reading. He also welcomes the readers' comments to improve the future editions of this book. Happy reading!

Best regards,

Chi Quoc Nguyen, Ed.D.

MỤC LỤC

PHẦN I

35 TRUYỆN NGẮN

1. ANH BẠN ĐÀO HOA

1

Minh là một anh bạn đồng nghiệp mới ra trường và được bổ về dạy môn hoá ở trường tôi. Tôi bèn rủ anh về ở chung với chúng tôi. Anh dáng người thấp nhưng rắn chắc và mắt cận nặng. Bốn chúng tôi thuê một phòng rất lớn trong một căn nhà của một cụ già goá vợ. Mỗi người chiếm một góc phòng, còn ở chính giữa là một bàn chữ nhật vừa làm bàn làm việc vừa làm bàn ăn chung. Hai giường phía trong dành cho ban Toán-Văn, hai giường phía ngoài thuộc về Sinh-Hoá.

2

Một hôm tôi thức giấc nửa đêm, nằm trên giường nghe tiếng ai đang giảng bài hoá học trong phòng. Tôi ngạc nhiên hết sức, nhổm dậy xem có phải là anh bạn dạy hoá mới dọn vào ở chung hay không. Quả nhiên tôi đoán không sai, anh Minh đang nằm trên giường, mắt nhắm nghiền, miệng thao thao giảng bài hoá học y như đang dạy trong lớp vào buổi sáng. Rồi những đêm sau đó và hằng đêm anh Minh của chúng tôi cứ vừa ngủ mơ vừa giảng lại bài hoá học cho chúng tôi nghe. Sau này chúng tôi quen dần nên hay nói đùa là nhờ tối nào cũng chịu khó đi học lớp bồi dưỡng hoá của thầy Minh nên về kiến thức hoá học tụi tôi có phần rành hơn các bạn đồng nghiệp không chuyên khác trong trường.

3

Anh bạn đồng nghiệp dạy hoá của chúng tôi cười rất có duyên, giọng nói ấm áp, chân thực, gương mặt chữ điền trắng trẻo, nên ai cũng có cảm tình. Khi nói chuyện, anh hay nháy mắt phải liên tục và thỉnh thoảng đưa ngón tay trỏ lên nâng nhẹ cái gọng đen của cặp mắt kính dày cồm cộp vì chốc chốc nó cứ tụt xuống phía dưới sống mũi. Không những cô con gái cụ chủ nhà mê thầy mà ngay cả đám học trò của thầy cũng thích thầy không kém vì cái duyên thầm trời cho có sức thu hút rất mạnh.

4

Vào cuối cái năm anh đi vượt biên, một em nữ sinh vừa tốt nghiệp lớp mười hai rất thương thầy cứ đòi đi theo nhưng anh không muốn lôi kéo em vào con đường bất định nên bỏ đi một mình không cho em hay. Một năm sau anh định cư ổn định ở Canada và liên lạc lại với em. Em nữ sinh này giờ đã là cô gái khôn lớn, duyên dáng hơn trước, liền quyết định tìm đường vượt biên. May mắn con tàu đi thoát và một năm sau em được đi định cư ở Úc. Sau đó, em mua vé máy bay đi Canada gặp thầy cũ, người yêu dấu xưa. Hai người gặp lại nhau vui mừng khôn xiết. Nắm tay nhau mà cứ ngỡ trong mơ. Một thời gian ngắn sau đó hai người kết hôn và lúc đó tôi cũng vừa liên lạc được với anh bạn có số đào hoa này. Hơn một năm sau, tôi nhận được một tấm hình đứa con trai đầu lòng mới biết lật của hai vợ chồng có hồng phúc này.

2. BẠN TRUNG HỌC

1

Năm lớp 12 tôi có quen hai anh bạn học chung lớp, thông minh hơn tôi nhiều, nhưng có suy nghĩ khác hẳn nhau. Một anh tên Quý, con của một công chức cao cấp trong chính phủ, rất quan tâm đến việc học, học rất giỏi và muốn sau này hành nghề y khoa để giúp đời. Còn anh bạn kia tên Chi (trùng tên với tôi), sống với bà chị ruột, vợ một ông đại sứ, thì không quan tâm mấy đến việc chữ nghĩa, học lực trung bình nên không có ý lên đại học, chỉ mong làm giàu bằng con đường kinh doanh và hưởng thụ cuộc sống vật chất đầy đủ.

2

Sau khi tốt nghiệp trung học, anh Quý được chính phủ Pháp cấp học bổng cho qua Pháp du học. Buổi chiều trước hôm anh rời Sài Gòn, tôi đến nhà dự buổi tiệc chia tay chung với gia đình anh. Chúng tôi ăn uống vui vẻ, ôn lại những chuyện xưa tích cũ không quên được của nhau. Tôi thì cứ luôn miệng vừa đánh chén vừa tấm tắc khen mẹ Quý đã nấu món chân giò heo hầm măng nhừ ngon tuyệt diệu. Cho đến hôm nay tôi vẫn chưa tìm được nhà hàng nào nấu cái món khoái khẩu này ngon được như thế. Bầu không khí trong nhà đang ồn ào, ai ấy nói cười vui vẻ như bắp rang. Bỗng có tiếng gõ cửa và một người lính xuất hiện, đứng ở ngưỡng cửa, giọng ngập ngừng, nhỏ nhẹ nhưng xúc động, báo tin người anh ruột của Quý đã tử trận đêm qua. Cả nhà bấy giờ đầy tiếng khóc than nức nở. Tôi ngồi chết trân, ngỡ ngàng trước sự biến chuyển đột ngột của tình cảm con người, bùi ngùi trước cái mong manh hư ảo của kiếp sống. Một lúc sau tôi đứng dậy chia buồn với gia đình rồi cáo từ ra về trong mưa bụi và gió lạnh. Sau khi anh rời Sài Gòn sang Pháp tôi mất dần liên lạc với gia đình anh và sau ngày Sài Gòn sụp đổ thì hoàn toàn mất liên lạc hẳn.

3

Sống ở Mỹ, cứ mỗi lần mưa thu và gió lạnh là tôi lại nhớ đến những kỷ niệm với anh thời trung học và đinh ninh anh đã thành tài, ở lại sống hạnh phúc bên Pháp luôn, không trở về Việt Nam nữa sau ngày ba mươi tháng tư năm 1975. Hai mươi lăm năm sau, tôi tình cờ gặp lại một anh bạn cũng học chung lớp 12 nhưng không thân lắm, di cư sang Mỹ qua diện đoàn tụ gia đình (ODP). Anh này cho tôi biết tin sơ sài thêm về Quý. Tin như sét đánh ngang tai, Quý sang Pháp du học nhưng không thành tài mà bỏ học dở dang và bây giờ sống nửa điên nửa dại trong sự bảo bọc của gia đình người em gái bên Úc. Tôi không rõ việc gì đã xảy ra làm đảo lộn mọi dự tính của anh bạn thân thương. Đau lòng hơn nữa là mọi liên lạc với anh đều bị cố tình cắt đứt, tôi không còn cách nào tìm lại người bạn năm xưa. Mà tôi nghĩ như vậy không chừng lại tốt hơn.

4

Còn anh bạn Chi của tôi, có đôi mắt đen láy, thuộc loại thông minh ngoài đời và có khiếu về âm nhạc. Bạn ấy còn đang học lớp 12 mà đã biết cách kiếm ra tiền rất nhiều. Lúc bấy giờ quân đội Mỹ bắt đầu đổ vào Việt Nam ào ạt. Nhiều hộp đêm, quán rượu xuất hiện tại các thành phố gần căn cứ quân sự Mỹ. Chi cùng với một số bạn bè cùng sở thích lập ra một ban nhạc trẻ chuyên hát nhạc Mỹ ở các quán rượu, các hộp đêm dành cho lính Mỹ. Mỗi tối anh cho biết có thể kiếm vài trăm đô dễ như chơi. Đến giữa năm học anh biết không thể đậu tú tài hai nổi và sẽ bị động viên vào quân đội rồi có thể bỏ mạng trên chiến trường khốc liệt nên trong học kỳ hai anh đã tìm cách làm quen và trở nên thân thiết với tôi hơn bao giờ hết vào lúc cuối năm. Anh chọn tôi để kết thân một phần vì tính tôi dễ chịu, thật lòng, hay giúp bạn trong lớp và không có đầu óc tính toán hơn thiệt, nhưng phần chính vì tên họ của tôi và của anh giống hệt nhau, trừ tên lót đệm ở giữa. Anh bạn tôi hy vọng cuối năm khi đi thi tú tài hai thì thế nào cũng được xếp chung phòng thi với tôi và có thể sẽ ngồi kế tôi không chừng. Như vậy, chỉ cần tôi không cố tình che đậy bài làm của tôi thì anh ta sẽ sao chép không khó khăn gì và sẽ đậu dễ dàng.

5

Anh chàng tốt số này có tài tiên liệu như thần. Quả nhiên trong kỳ thi tú tài hai, chúng tôi được xếp chung một phòng và ngồi kế nhau vì số báo danh, căn cứ trên tên họ, của hai đứa liền nhau. Hôm trước ngày thi anh lái xe gắn máy đến nhà và rủ tôi đi xem phòng thi trước cho khỏi bỡ ngỡ vào sáng hôm sau. Số mệnh anh này lại đỏ chót thêm nữa vào phút cuối. Địa điểm thi là một trường tiểu học, phòng thi của chúng tôi lại là phòng của lớp mẫu giáo nên bàn ghế vừa nhỏ vừa thấp. Hai đứa sẽ ngồi chung một cái bàn đôi bé tí teo, còn hai cái ghế ngồi, chao ôi! thấp ơi là thấp. Anh bạn tôi sẽ chẳng cần phải quay đầu nhìn sang cũng dư sức thấy bài làm của tôi rõ mồn một. Tôi chưa bao giờ thấy anh cười tươi như buổi hôm đó.

6

Trên đường về anh chở tôi vào một quán ăn khá sang trọng, đãi tôi một chầu thịnh soạn. Tôi nhìn anh gọi món ăn rành rọt, cười đùa dễ dàng, tự nhiên với cô tiếp viên trẻ, có chút nhan sắc mà thèm thuồng được dạn dĩ như vậy. Món ăn lạ miệng và ngon nhưng trong lòng không vui vì cảm thấy mình cù lần, thua xa bạn về mặt trường đời.

7

Thời gian thi cử kéo dài mất một tuần. Ngày nào Chi cũng chịu khó lái xe đến nhà chở tôi đi thi và hôm sau buổi thi cuối cùng, anh vẫn đến nhà tôi như thường lệ và chở tôi về nhà ăn sáng với anh vì bữa đó bà chị có nấu món phở bò tái ngon tuyệt. Hai đứa vừa ăn phở vừa uống nước cam vắt pha thêm chút mật ong nên hương vị đậm đà ngon lạ mà đến giờ tôi vẫn nhớ. Sau đó chúng tôi đi xem xi-nê rồi anh chở tôi về nhà.

Trên đường về anh nói với tôi như thế này: "Cậu mà được con A trong kỳ thi này thì mình cũng dư sức lấy được con B." Anh bạn Chi của tôi tiên đoán quả không sai và sau đó tôi mất hẳn lên lạc với anh nên thực sự không biết anh bây giờ ra sao. Anh có trở thành nhà triệu phú như giấc mơ hồi trung học không và có còn nhớ đến người bạn anh vốn biết không thuộc thế giới của mình mà vẫn cố tình làm quen không? Riêng tôi thì nhờ đó mà hiểu thấu được nguyên lý của sự thành công trong cuộc sống: *Có đủ ba yếu tố thiên thời, địa lợi và nhân hoà thì mưu sự việc gì cũng thành. Success is absolutely certain if all three factors are present: favorable weather, good terrain, people's unity.*

3. BÍ MẬT GIA ĐÌNH

1

Mai là một em nữ sinh giỏi về mọi môn tại một trường trung học công lập ở Việt Nam. Toàn bộ ban giảng huấn của trường đều hết lời khen ngợi em và mỗi cuối năm em đều đoạt giải thưởng danh dự học sinh xuất sắc cấp tỉnh. Em có dáng người nhỏ bé, xinh xắn, nét mặt hiền hoà, môi luôn nở nụ cười tươi tắn như hoa đào. Tôi thường nghĩ số phận em sẽ được nhiều ưu đãi.

2

Tốt nghiệp trung học xong, em thi đậu vào trường đại học kỹ thuật ở Sài Gòn và ngay trong năm đầu em cũng chẳng những học rất giỏi mà còn làm cho các nam sinh viên toàn trường phải trầm trồ khen ngợi nhan sắc của em và đồng tình bầu chọn em là hoa khôi của trường. Tôi biết được như thế là vì em ruột tôi may mắn học chung lớp với em.

3

Một hôm trong bữa ăn tối gia đình em tôi có kể chuyện là cô học trò tỉnh xuất sắc của tôi mỗi năm cứ nghỉ học vài tháng. Bạn bè thân trong lớp lấy làm lạ bèn dọ hỏi thì mới khám phá ra cô bạn mình mắc chứng điên định kỳ ngay từ nhỏ. Mỗi lần lên cơn điên gia đình phải đem cô nhập viện để điều trị trong nhà thương điên Biên Hoà. Cứ khoảng tháng hai sau Tết là cô thấy trong người bứt rứt, khó chịu liền báo cho ba má biết để chuẩn bị nhờ người quen gửi vào điều trị trong nhà thương vài tháng. Mỗi khi em lên cơn điên, em không la hét hay xé quần áo như những người khác mà chỉ mở cửa đi ra ngoài và cứ đi lung tung khắp nơi, không chịu quay về nhà. Hồi nhỏ, mỗi khi lên cơn như thế, gia đình phải khoá các cửa chính lại để giữ em trong nhà nhưng sau này lớn rồi, lên Sài Gòn ở trọ để học đại học, giờ giấc học thất thường nên khó ai có thể săn sóc nổi. Ba má sợ em đi lung tung như thế ở thành phố quá lớn thì rất nguy hiểm bèn quyết định gửi em vào nhà thương điên cho người ta chăm nom an toàn hơn.

4

Bí mật này gia đình em giữ hết sức kín, không ai ở xóm biết hết mãi cho đến khi em lên Sài Gòn học thì mới bị bật mí. Tôi vẫn còn nhớ nằm lòng câu nói của mẹ tôi trong bữa ăn tối gia đình hôm đó sau khi cô em gái tôi thuật lại chuyện này: *"Hồng nào mà chẳng có gai."*

4. BỎ THƯƠNG, VƯƠNG TỘI

1

Trong những năm tôi dạy thêm lớp Anh ngữ dành cho người lớn vào buổi tối, tôi gặp một nữ học viên có gia đình êm ấm và muốn học tiếng Anh để giao tiếp trong nghề sản xuất và bán lẻ thực phẩm tươi cho các nhà hàng trong thành phố. Ban ngày bà đi chợ mua thịt bò và cua ở các trung tâm bán sỉ trên San Francisco rồi đem về nhà tự tay chế biến làm ra món bánh thịt cua chiên và món bò viên đặc biệt to gấp đôi loại thường bán ngoài chợ. Còn ông chồng đảm trách việc đi chào và bỏ mối hàng cho các nhà hàng sang trọng tại địa phương và các vùng lân cận. Công việc làm ăn của hai ông bà rất phát đạt và chỉ trong 5 năm họ đã tậu được một biệt thự trên núi trong khu sang trọng dành riêng cho giới triệu phú và các quan chức cao cấp của thành phố. Thầy giáo của bà học viên khá giả này cũng hưởng lộc lây. Thường xuyên vào chiều thứ sáu bà ta chờ chuông vừa reo chấm dứt buổi học vào lúc 3 giờ ở trường trung học tôi đang dạy là đã nhanh tay khuân vào lớp cả một thùng các-tông to đầy nhóc nào là những con cua lớn, tươi rói, chắc nịch, vẫn còn sống nhăn, ngo ngoe càng chân rất mạnh, nào là những bọc ny-lông căng phồng những cục bò viên to trông phát mê, miệng vừa nói liếng thoắng: "Em có chút quà mọn, mang vào biếu thầy và cô, mong thầy không từ chối."

2

Tôi thấy nhiều quá nên xua tay từ chối và bảo bà mang về hết, tôi chỉ nhận một gói bò viên tượng trưng thôi để không làm buồn lòng người học viên tốt bụng và quý thầy. Bà ấy nhất định không chịu mang thùng quà về, để ì lại đó rồi mau mau chào tôi rồi phóng ra khỏi lớp. Như vậy là tôi đành phải khuân ra xe và mang về nhà khoe với bà xã đó là quà biếu thầy của một bà học viên hảo tâm. Đúng như sự dự đoán của tôi, bà nhà tôi miệng mỉm cười hân hoan, tay say sưa chất quà liên tục lên bàn bếp, óc vừa phân tích tâm lý phụ nữ cho tôi thấy kiểu em biếu thầy quà nhiều như thế này thì hẳn là em phải thương thầy nhiều lắm, không chừng tối năm mơ thấy thầy cũng nên. Trời ơi, thật là tình ngay mà lý gian. Và sau này cứ mỗi cuối tuần tôi lại khuân quà về thêm thì lý gian của tôi ngày càng rõ ra đối với bà xã. May mà quà có chất lượng tốt, làm hài lòng người đẹp đa nghi nên tôi không bị mắc chứng nhức đầu kinh niên.

3

Năm học sau tôi không thấy bà học viên đến lớp học tiếng Anh nữa. Tôi không còn phải khổ sở vì quà cáp. Thế là thoát nạn "bỏ thương, vương tội."

5. BÓNG NGƯỜI

1

Một cặp vợ chồng kỹ sư trẻ vừa lấy nhau được một tháng và quyết định đi tìm một căn nhà để xây tổ ấm. Mỗi chiều sau khi đi làm về họ lái xe đi lùng nhà và đã hơn hai tháng trời mà họ vẫn chưa tìm được căn nào ưng ý mà lại vừa túi tiền. Một hôm hai người lái xe qua một khu đồi thấp, bỗng bà vợ thấy có một căn nhà nhỏ rất xinh xắn nằm trên đỉnh một ngọn đồi đơn độc và chân đồi phủ đầy hoa dại màu tím trông rất đẹp mắt. Xung quanh căn nhà là một vườn hoa đủ các giống hoa lạ, muôn màu muôn sắc. Ong bướm cũng bay lượn vờn hoa khắp nơi.

2

Căn nhà không có cắm bảng bán và cũng không có bóng người nhưng bà vợ thích quá cứ nhất định đòi chồng rẽ xe vào tận cổng rồi xuống đi bộ bên ngoài hàng rào vừa ngắm vườn hoa và căn nhà vừa khen lấy khen để. Đi vòng ra phía sau họ thấy có một ông lão làm vườn đang cặm cụi cắt hoa, tỉa cành. Hai người dừng chân, hỏi thăm ông lão về chủ nhân của căn nhà. Ông lão làm vườn cho biết chủ nhân là một cụ già cô độc, không có vợ con, trước vẫn sống trong căn nhà này nhưng mới đây vì sức khoẻ suy yếu, ông cụ không tự lo cho mình được nên đành phải rút lui về thành phố, sống trong viện dưỡng lão để có người săn sóc. Bà vợ cứ năn nỉ ông lão làm vườn cho biết tên và địa chỉ của viện dưỡng lão để liên lạc với chủ nhân để xem ông cụ có ý bán căn nhà này không.

3

Khi quành xe lại để đi xuống đồi thì ông chồng chợt thấy bóng một người đàn bà, tóc ngắn ngang vai, không rõ khuôn mặt, ngồi sau khung cửa sổ của căn phòng dưới mái nhìn ra ngoài đường. Ông dừng xe lại, báo cho bà vợ ngồi bên hay và đồng thời chỉ tay về hướng cửa sổ phía trên mái nhà nhưng bà vợ cứ nói là không thấy ai cả. Còn ông thì vẫn thấy cái bóng người đàn bà ngồi sau khung cửa sổ.

4

Hôm sau hai vợ chồng bỏ công sức và thời gian đi tìm cho được chủ nhân của ngôi biệt thự trên đồi này và câu chuyện giữa khách và chủ mỗi lúc một giòn tan, thân mật. Hai vợ chồng ngỏ ý rất thích căn biệt thự và muốn mua lại của ông cụ. Còn vị chủ nhân căn nhà thì nhất định không muốn bán vì đã có nhã ý tặng cho thành phố sau khi qua đời để làm một công viên cho mọi người thưởng lãm.

5

Bà vợ vẫn không nản lòng. Tuần nào hai vợ chồng cũng đến chơi, trò chuyện với vị chủ nhân. Hôm thì mang bánh trái, hoa quả, hôm thì đem các món ăn lạ miệng do chính tay bà vợ nấu cho vị chủ nhân thưởng thức. Dần dà tình cảm trở nên sâu đậm hơn, vị chủ nhân coi hai vợ chồng này như con ruột. Trước khi đến thăm ông cụ, hai vợ chồng thường lái xe đi lại ngắm ngôi nhà trên đồi. Họ đứng phía ngoài cổng nhìn vào căn nhà và khu vườn hoa xinh tươi bao quanh. Lần nào ông chồng cũng để ý thấy lờ mờ bóng một người đàn bà tóc ngắn ngồi trông ra còn bà thì cứ gắt lên cho là ông hoa mắt, chứ nào có ai. Công việc thăm viếng chủ nhân và ghé xem vườn hoa cứ tiếp diễn đều đặn như thế mỗi tuần và kéo dài những hơn ba năm.

6

Một hôm trong bữa cơm tối, vị chủ nhân bất chợt bảo hai vợ chồng về nhờ luật sư làm giấy tờ mua bán căn biệt thự đó rồi đưa đến cho ông cụ ký. Chỉ trong vòng hai tuần lễ hai vợ chồng đã chính thức dọn vào căn biệt thự này. Bà vợ rất hoan hỉ, mặt tươi như hoa vừa đi vòng vòng hết phòng này qua phòng khác trong nhà vừa chỉ dẫn vừa tham khảo cô thiết kế nội thất về cách trang trí ngôi nhà sao cho vừa ý mình. Ông chồng cũng vui lây và hai vợ chồng không ai bảo ai có cùng một ý nghĩ là sẽ mở tiệc ăn mừng tân gia.

7

Bữa tiệc tân gia đang diễn ra trong bầu không khí ồn ào, vui vẻ giữa vị chủ nhân mới, cũ và bạn bè, quyến thuộc. Bà vợ tự nhiên thấy người mệt mỏi, khó chịu hết sức đến nỗi phải bỏ dở buổi tiệc nửa chừng và đi vào phòng trong nằm nghỉ. Mấy ngày hôm sau bệnh tình không bớt mà còn có vẻ nặng thêm. Bà bị sốt cao liên miên nên ông chồng phải đưa vào nhà thương cấp cứu. Nhưng bác sĩ cho biết bệnh tình đã nặng rồi không chữa được nữa. Bà bị liệt nửa người, các bắp thịt chân teo nhỏ dần lại. Cuối cùng bà không đi đứng được nữa mà phải ngồi xe lăn.

8

Hôm từ nhà thương về nhà bà đã yêu cầu ông mướn người gắn một cái thang máy đứng để bà có thể tự di chuyển lên cái phòng dưới mái và ngồi ở cái bàn trước cửa sổ nhìn xuống dưới chân đồi để đón ông đi làm về mỗi buổi chiều.

9

Từ đó trở đi, chiều nào ông đi làm về, rẽ xe lên đồi, nhìn lên cửa sổ phía trên thì luôn luôn thấy bóng một người đàn bà ngồi ở đó mỉm cười. Trước đây ông không biết người đàn bà đó là ai nhưng bây giờ thì ông biết đó chính là người vợ thân yêu của mình.

6. BỨC ĐIỆN THƯ

Thứ năm, 11 tháng 6, 2015, vào lúc 20:07
Đến: *PhanTran77@gmail.com*
Từ: *AgiaoNg88@ymail.com*
Tiêu đề: *Thư hỏi thăm*

Em Phấn,

Độ này vì bận rộn công việc nên anh ít viết thư cho em được. Sao em và cậu vẫn khỏe mạnh chứ? Còn anh bên này bị cảm nắng cả tuần, hôm qua mới thực sự khỏi hẳn.

Anh vừa đi ăn tối một mình tại nhà hàng buffet FC nổi tiếng của thành phố San Mateo. Giá phải chăng, 15 đô một người cho bữa tối. Tha hồ ăn đủ loại salad và rau tươi cho nhẹ người, còn khoản thịt thà thì rất ít. Thỉnh thoảng anh phải lái xe 20 phút để đến ăn ở chỗ này chỉ vì món súp hến sệt (clam chowder) ngon quá. Thành phố anh đang ở, không có chỗ nào nấu ngon được đến thế. Nếu chịu khó lái xe thêm 35 phút nữa lên tận San Francisco thì cũng có một tiệm khác cũng ngon không kém và đặc biệt hơn nữa ở quán này họ cho súp vào trong một ổ bánh mì tròn như cái tô mà phần trên cắt đi làm nắp đậy.

Anh chọn một cái bàn trong góc sát ngay một cửa sổ lớn trông ra bãi đậu xe phía bắc của khu thương xá. Tám giờ kém mười lăm rồi mà trời vẫn còn sáng trưng như ban ngày vì bên này mùa hè ngày dài hơn đêm, em à. Anh vừa ăn vừa nhìn ra ngoài cửa sổ xem người qua lại vừa nghe lỏm hai cô Mỹ trắng còn trẻ nói chuyện với nhau ở bàn bên cạnh. Một cô đã có chồng rồi và có một đứa con nhỏ khoảng 4 tuổi còn cô kia trẻ hơn chỉ mới có người yêu. Hai cô có cùng hoàn cảnh buồn, tâm sự với nhau là người tình của họ xa nhà khá lâu rồi, không biết bao giờ gặp lại. Một chàng trong hải quân, đang lênh đênh đâu đó trên đại dương mù khơi còn chàng kia cũng đang đi hành quân ở chiến trường xa xôi. Anh nghe thấy cũng buồn lây, thấy mình không đi đâu xa mà cũng lênh đênh một đời.

Ngừng ăn một chút, ngửng đầu lên và nhìn ra ngoài cửa sổ, anh thấy một cô gái Á đông rất trẻ vừa đi vừa nói cười nhí nhảnh với bồ. Trông giáng cô nhỏ nhắn, mềm mại như tơ trời và nhất là đôi mắt nâu tuyệt đẹp, ươn ướt, long lanh, như muốn hớp lấy hồn người đang húp súp bên trong đến nỗi phải sặc sụa và khi bước ra khỏi tiệm vẫn còn lảo đảo, không thể nào quên được đôi mắt nâu tình tứ vương vấn đó. Không biết anh bồ có biết đôi mắt người yêu mình có sức thu hút đến thế không?

Chúc cậu và em một cuối tuần vui vẻ. Khi nào rảnh, em nhớ viết điện thư cho anh kể chuyện bên đó nha. Anh xin dừng bút.

Thân mến,

Anh Agiao

7. CÁI ÔM VÀ CÁI HÔN

1

Ở trường trung học tôi dạy các em học sinh lớp 12 kết thúc năm học mười ngày trước các lớp đàn em để kịp làm thủ tục tốt nghiệp. Theo truyền thống các em học sinh lớp 12 thường đến lớp chia tay với thầy cô vào những ngày cuối cùng và yêu cầu thầy cô viết lưu bút vào cuốn anbum lưu niệm của trường xuất bản mỗi năm. Vào giờ ăn trưa, tôi ưa ngồi trong lớp vừa gặm bánh mì thịt nguội vừa gõ điểm của học sinh vào sổ điểm điện tử của trường trên máy điện toán vừa thưởng thức nhạc không lời êm dịu.

2

Bỗng nhiên tôi ngửi thấy mùi nước hoa phụ nữ thơm nhẹ nhàng, quyến rũ. Chưa kịp quay đầu lại để tìm ra nguyên do thì hai cánh tay trắng muốt, mềm mại đã ôm ghì lấy vai tôi thật ấm áp. Tôi còn đang bàng hoàng chưa biết phản ứng như thế nào thì một cái chạm rất nhẹ, nhanh chóng bất ngờ, man mát trên má cùng với tiếng con gái trong trẻo vang bên tai: "Hi Thầy, I'm going to miss you. Thank you for everything."[1]

3

Thì ra đó là một em nữ sinh lớp 12 đến chia tay với tôi một cách đặc biệt để thầy không bao giờ quên được em. Em không cần nhắc, tôi cũng chẳng thể nào quên được một học sinh đã làm rạng danh cho cộng đồng Việt Nam năm đó vì em là nữ sinh duy nhất của trường được nhận vào trường đại học tư nổi tiếng của bang Cali. Trò hơn thầy, hoa đời tươi biết mấy. Chiều hôm đó mây hè trắng trổ bông vàng ngập hồn tôi.

Chú thích:
   1. *Tạm dịch: Chào thầy ạ. Em sẽ không quên thầy đâu. Cảm ơn thầy tất cả.*

8. CẢNH ĐẸP

1

Vào khoảng 9 giờ sáng chúng tôi được thuyền trưởng thông báo mỗi người được phép gửi một lá thư về Việt Nam để báo tin cho thân nhân. Rồi chừng một tiếng sau đó, một chiếc trực thăng lớn xuất hiện bất ngờ và chuẩn bị đáp xuống sân bay của tàu. Mọi người còn đang mải viết thư hay lo chạy đi nộp nên quên bẵng cái đám quần áo đang phơi trên dây trước boong tàu từ đêm qua. Gió của cánh quạt trực thăng thổi tung những mớ quần áo đủ màu sắc lên không trung.

2

Đứng trên boong tàu cao, tôi nhìn xuống phía dưới thấy toàn cảnh mớ quần áo đủ cỡ, đủ màu, trong ngoài có cả, muôn màu muôn vẻ bay lượn vòng vòng, lửng lơ trên không như những cánh bướm vờn hoa cạnh cầu ao vào những chiều gió heo may ở quê nhà. Cảnh tượng đẹp mắt không thể dùng lời tả hết và cho tới bây giờ hình ảnh ấy vẫn hiện ra sâu đậm trong trí tôi. Ước gì lúc đó tôi có sẵn máy ảnh trong tay chụp một vài tấm làm kỷ niệm thì khoái biết mấy. Bấy giờ tôi mới chợt hiểu ra, tuy hơi chậm, phụ nữ không những thích màu mè bên ngoài mà còn cả bên trong nữa.

9. CHUYẾN CUỐI

1

Chuyến vượt biên lần thứ mười một của tôi đã thành công và cũng là chuyến đi ít chuẩn bị nhất. Người tổ chức đến đón tôi bằng xe gắn máy hết sức bất ngờ. Tôi chỉ kịp chạy nhanh vào bếp báo cho mẹ tôi biết rồi lật đật quay trở ra xe ngay. Mẹ tôi đi theo sau vớ vội lấy cái áo mưa chui đầu của lính (poncho) treo trên cái mắc áo ở góc trái phòng khách rồi cuộn tròn lại đưa cho tôi. Chuyến đi lần này tôi không kịp chuẩn bị gì cả, phần vì người đón hối đi gấp cho kịp chuyến xe đò lục tỉnh về Rạch Giá để khỏi lỡ tàu, phần vì sau mười lần thất bại tôi cũng không hy vọng mấy. Tôi leo lên đẳng sau xe gắn máy, chỉ mặc vỏn vẹn có một bộ quần áo thường gồm một áo sơ mi trắng ngắn tay và một quần kaki dài mầu vàng sậm và cầm ở tay một cái áo mưa chui cổ mẹ tôi đưa vội cho. Mẹ tôi cũng giúi cho tôi một ít tiền phòng thân. Chỉ vỏn vẹn có thế, chẳng bù cho những lần đi đầu, trang bị y như đi thám hiểm Bắc Cực, nào là thức ăn khô của quân đội Mỹ, chà bông, sữa bột, nào là áo len cao cổ, áo mưa, quần áo thay đổi, nào là thuốc say sóng, v.v.

2

Khoảng tám giờ tối, trời sáng trăng, nhóm chúng tôi gồm năm thanh niên độc thân xuống một chiếc xuồng đuôi tôm đậu ngay phía sau nhà chứa rồi người lái đò mở máy chạy đi trên con rạch nhỏ rồi rẽ vào một nhánh sông lớn hơn, chạy vòng vèo, quẹo ngang dọc trên mạng lưới sông rạch chằng chịt cho đến khoảng chừng một giờ sau tôi thấy xuất hiện các đám dừa nước mọc hai bên bờ sông thì biết mình đã ra gần đến cửa biển. Trên ghe tôi cầu trời cho anh lái đò đi đúng đường vì trời tối mà quẹo nhầm chỗ thì trễ hẹn với tàu lớn là cái chắc. Chừng một tiếng nữa chúng tôi đã may mắn leo lên được thuyền mẹ. Thuyền mẹ chạy đến hai giờ khuya thì chúng tôi ra tới biển. Nghe thấy tiếng sóng vỗ vào hai bên sườn con tàu tròng trành và ngửi thấy mùi gió biển vừa mát lạnh vừa mẫn mặn, thật sảng khoái, cả tàu vui mừng hết sức vì biết là đã đi thoát ra khơi rồi. Ai nấy bảo nhau chui lên boong tàu ngồi cho thoải mái.

3

Đi được hai ngày đường thì con tàu sắt đầy sẹo vá đắp bắt đầu dở chứng. Nó bắt đầu vô nước ở những chỗ vá đắp vội vàng, không kỹ, dọc hai bên thành tàu. Đến đêm hôm sau thì nước đã ngập hết các bao gạo để dưới đáy hầm tàu làm tàu chết máy. Anh em trên tàu thay nhau múc nước đổ ra khỏi thuyền nhưng không xuể. Các phụ nữ thì rủ nhau cầu nguyện xin Trời Phật độ cho gặp được tàu buôn. Con tàu trôi lềnh bềnh trên biển thêm một ngày nữa thì đến đêm may mắn dạt tới tàu khoan dầu rất lớn của một công ty Thuỵ Điển, bỏ neo gần bờ biển của Mã Lai, với đèn điện sáng choang cả vùng trời tối đen như mực. Mọi người vẫy tay, reo hò. Một lúc sau, chúng tôi được vớt lên dàn khoan vào giữa đêm khuya. Trời khuya, gió biển lạnh nhưng lòng tôi ấm mãi.

10. CHUYỆN TÌNH CỦA SÓI*

1

Có một anh chàng cao bồi say mê thế giới thiên nhiên của muôn loài sinh vật. Anh ta có bộ óc quan sát tài tình kèm theo khiếu vẽ các sinh vật với nhiều chi tiết tỉ mỉ. Đi đâu anh cũng mang theo một quyển sổ để ghi nốt và vẽ truyền chân rất chính xác những sinh vật mà anh gặp. Anh này kiếm sống bằng nghề săn bắn mướn cho nông dân vùng đồi núi Currumpaw. Họ thường mướn anh ta đi lùng giết các loài thú dữ chuyên môn lẻn vào các nông trại để ăn thịt những con cừu, những con bò sữa quý giá của họ. Mấy năm gần đây có một con chó sói lông xám mà họ gọi tên là Lobo, thủ lãnh của một bầy sói thường xuyên quấy phá làm chết nhiều bò và cừu của họ và làm họ mất ăn mất ngủ. Tuy họ đã làm đủ mọi cách để giết con sói này nhưng vẫn không thành công vì nó rất tinh khôn và ranh mãnh vô cùng. Vì thế, họ đành phải bỏ ra một khoản tiền thù lao kếch xù để mướn anh cao bồi đi săn lùng và giết cho bằng được kẻ thù tinh quái đó.

2

Anh chàng săn mướn chuyên nghiệp này mặc dù rất say mê các loài sinh vật nhưng không hiểu sao cũng ghét cay ghét đắng loài sói, cho là chúng hung dữ và ăn hiếp sinh vật khác bằng số đông. Thế là anh ta mạnh dạn lên ngựa đi rảo khắp núi đồi vùng Currumpaw để truy lùng hung thủ Lobo. Mặc dù anh ta dùng mọi thủ đoạn cao cường như tẩm thuốc độc vào thức ăn, đặt bẫy, dùng súng trường với kính nhắm tầm xa, v.v. nhưng vẫn không ăn thua. Con Lobo chẳng những an toàn lại còn dám sỉ nhục anh ta nữa bằng cách phá tan các bẫy sắt và gom những miếng thịt tẩm thuốc độc đem để ngay trước cửa chòi tạm trú của anh ta.

3

Một hôm anh đi ngang qua một vùng thảo nguyên xanh rì, ven một con sông cạn, dưới chân núi. Cỏ mọc cao đến lưng người, đất bùn ướt sền sệt. Anh tình cờ thấy dấu chân sói in trên bùn. Anh liền lần mò theo dấu chân thì thấy hiện ra thấp thoáng phía trước dưới ánh nắng chiều vàng cam của bầu trời tim tím đỏ là con Lobo và cô bạn gái với bộ lông trắng muốt như tuyết mà anh đặt tên là Blanca, đang đùa giỡn vui vẻ với nhau, ôm quấn lấy nhau tha thiết, lăn lộn thoải mái trong nước bùn mát rượi, ra sức rượt đuổi nhau trong đám cỏ xanh hoa vàng, xa cách hẳn loài người độc ác và quên hết mọi hiểm nguy ở đời. Hai đứa chỉ biết có hai đứa nó thôi. Chúng nô đùa, hoà mình trong cảnh thiên nhiên thanh bình tươi đẹp của buổi hoàng hôn. Thật là hạnh phúc biết bao cho đôi sói này! Nhà văn Mai Thảo đã viết: "Hạnh phúc là vậy đó; nó chỉ biết có chính nó."

4

Anh chàng cao bồi cũng yên lặng ngồi bệt xuống cỏ, say sưa ngắm cảnh hạnh phúc của đôi sói cho đến tận chiều tối thì cặp uyên ương biến mất sau lùm cây rậm rạp nơi chân núi. Anh tiếp tục lần theo dấu chân của chúng để lại, tiến dần đến một con đường mòn hẹp trên một triền dốc thoai thoải chạy ngoằn nghoèo, khi ẩn khi hiện giữa các lùm cây. Anh chợt nảy ra một ý nghĩ táo bạo. Sáng hôm sau anh gom hết tất cả trên dưới hai trăm bẫy sắt rồi hì hục đem chôn chúng dưới đất dọc theo con đường mòn từ trên núi dẫn xuống cái thảo nguyên thanh bình thơ mộng của riêng cặp sói tình tứ Lobo-Blanca. Anh ta mừng thầm trong lòng là nhất định lần này sẽ bắt được con sói Lobo, một địch thủ lợi hại đã từng làm anh bẽ mặt nhiều lần. Nghĩ đến đây, anh mỉm cười và khẽ hát bài tình ca "Baby, you're mine for sure,"[1] trên đường về cái chòi tạm nghỉ chân của anh dưới ánh nắng hoàng hôn muôn màu, đẹp độc đáo vô cùng của cảnh núi rừng Currumpaw.

5

Đêm hôm ấy anh nằm trong chòi nghe tiếng tru của con Lobo, lanh lảnh bất thường, kéo dài suốt đêm và chứa đầy nỗi thống khổ, oán hận. Anh mừng thầm trong bụng. Hôm sau anh dậy thật sớm, lên ngựa phi nhanh đến chỗ đặt bẫy, hy vọng tràn trề là sẽ nhìn thấy bóng con Lobo nằm chịu trận ở đó, chân bị kẹp cứng trong bẫy sắt. Nhưng đến nơi, anh chỉ thấy bóng con Blanca mắc bẫy nằm không nhúc nhích ở đó, còn con Lobo thì chẳng thấy tăm hơi đâu hết. Thất vọng anh đem con Blanca về chòi, chụp hình làm chứng rồi bắn nó chết vì trước sau gì nó cũng không sống nổi với những vết thương quá nặng. Đến đêm anh lại nghe tiếng tru của con Lobo nhưng lần này đầy ai oán bi thương hơn nữa khiến anh không thể nào ngủ được. Nằm thao thức nghĩ ngợi mông lung thì đột nhiên anh nghe một tiếng động nhẹ như ai đang khẽ đẩy tấm liếp cửa sau để lẻn vào chòi. Anh vội vàng chồm dậy, tay với lấy súng, tay cầm đèn, phóng ra ngoài qua cửa hông thì thấy bóng con Lobo chạy khuất nhanh vào lùm cây phía sau chòi.

6

Trở vào anh xem xét khắp chòi rồi nằm suy nghĩ một hồi lâu mới hiểu ra là con Lobo nó liều lĩnh mò vào chòi không phải để trả thù anh mà là chỉ muốn được ôm con Blanca vào lòng lần cuối, như muốn thở than với người yêu về cái định mệnh tàn nhẫn đã cố tình phá vỡ hạnh phúc của tụi nó. Có lẽ nó còn muốn nói cho con sói yêu của nó là nó không thể nào sống được hay đúng ra không muốn sống nữa nếu vắng bóng em Blanca ngọt ngào, tình tứ. Nó muôn vàn đau khổ và ân hận vì đến trễ hẹn một chút mà không cứu được em, để em đạp nhằm bẫy mà chết. Đau xé lòng lang, quặn cả thân mình. Không biết em Blanca có hiểu thấu cho lòng nó không? Trời xanh cay nghiệt không thương, đất lành cũng chẳng dung. "Em Blanca yêu dấu ơi, anh không ngờ anh đã mất em thật rồi. Không phải mơ đâu. Em ráng chờ anh, em nhé, rồi tụi mình sẽ trở lại thảo nguyên xưa."

7

Anh chàng cao bồi không tài nào ngủ nổi. Anh chợt nhận ra giống sói cũng có tình cảm yêu thương nồng nàn đâu thua kém gì loài người và lần đầu tiên trong đời anh bùi ngùi cảm động về mối tình thắm thiết của đôi sói. Động lòng từ bi, anh ứa chút nước mắt cá sấu nơi đôi mắt trong. Rồi trong phút chốc anh trở lại thực tế, trí anh bỗng nảy ra một mỹ nhân kế tuyệt diệu và chắc chắn lần này sẽ đem lại sự thành công mỹ mãn vì đối phương đã để lộ ra một sơ hở vô cùng to lớn. Sáng hôm sau anh ta đem xác con Blanca ra để trước chòi rồi đem bẫy sắt chôn khắp nơi quanh xác Blanca và quanh chòi. Anh tin tưởng trăm phần vào sự chiến thắng sắp tới vì địch thủ trong cơn đau khổ giày vò đã phần nào phân tâm, mất sáng suốt và sẽ dễ mắc sai lầm.

8.

Quả y như sự tiên đoán của anh chàng cao bồi, sáng hôm sau con Lobo nằm im không nhúc nhích bên cạnh xác sói yêu Blanca, ba chân của nó đều bị bẫy sắt kẹp chặt. Nó không thèm nhìn anh cao bồi, đôi mắt nó không động đậy, hướng về vùng thảo nguyên thơm lành, thơ mộng của tụi nó. Hình như xác nó ở đây mà hồn đã về với em Blanca nơi đó. Hai đứa nhảy múa vui đùa đến muôn thu, không còn sợ ai phá rầy nữa.

9

Anh cao bồi sau khi chụp hình làm chứng xong, rút súng ra kết liễu địch thủ nhưng rồi đêm hôm đó anh cũng không tài nào ngủ được vì trong lòng anh có sự thay đổi lớn. Anh thấy phục con Lobo quá, còn anh sao tầm thường đến thế. Tham lam, độc ác và u mê đến thế thì thôi. Ai nỡ ngắt đi cái bông hoa hạnh phúc nên thơ của đôi sói xinh đẹp như thế. Con Lobo nó sa cơ không phải vì tài hèn mà vì nó thương con Blanca hết mức, không muốn sống nữa nên đưa chân vào bẫy để nhờ tay anh cao bồi kết thúc cuộc đời nó mà giờ đây chẳng còn ý nghĩa gì nữa. Anh thật sự hối hận trước sự mù quáng, nông nổi của mình và kính phục cái khí phách dũng cảm của đối thủ.

10

Anh cao bồi đem chôn hai đứa vào một chỗ tử tế bên mé nước của thảo nguyên rồi từ đó anh ta bỏ nghề săn mướn, đi ngao du sơn thuỷ, cổ xuý và giáo dục mọi người về giá trị của loài sói, hô hào bà con đóng góp tiền của để xây dựng trung tâm bảo vệ sói. Vậy là cái chết của đôi sói Lobo-Blanca đã có hậu, không uổng phí khổ đau mà trái lại đã mở mắt sáng lòng cho anh cao bồi nói riêng và loài người nói chung. Ông già A-Chí cũng nhờ xem phim truyện của trung tâm này mà giác ngộ về chân giá trị của dòng họ sói rồi đi đâu cũng kể câu chuyện sói này, kể cả ở quán Thiên Hương, làm cô chủ và khách ăn uống phải mủi lòng không cầm được nước mắt. Ban nhạc sống của quán từ đó có lệ kết thúc mỗi đêm bằng bản nhạc

"Anh hùng Lobo của em" trước khi đóng cửa. Còn cô chủ quán thích câu chuyện quá bèn thuê ông hoạ sĩ cô đơn A-Chí (khách đến ăn thường xuyên mỗi đêm và đang cua cô chủ nhưng cổ chưa chịu) vẽ một bức chân dung con Lobo thật lớn dựa theo những tài liệu lưu trữ trong thư viện rồi cho treo trong quán ngay sau quầy trả tiền. Ít lâu sau đó, khách ăn quen thuộc của quán rất khoái bức tranh và câu chuyện tình thiên thu Lobo nên đặt cho quán một tên mới là Quán Lobo. Du khách bên Mỹ về thăm nhà nghe lời đồn cũng rủ nhau đến ăn uống đông nghẹt, có khi phải lấy hẹn trước cả tuần mới có chỗ. Thế là cái chết của Lobo lại thêm một cái hậu nữa – giúp cô chủ quán độc thân tại chỗ trở nên giàu có nhất tỉnh và ông già A-Chí cũng kiếm thêm một ít tiền còm, chưa kể khoản ăn uống miễn phí nữa vì được quán giao cho việc phụ trách chương trình kể chuyện cuối tuần. Chương trình độc đáo này ra đời nhờ câu chuyện tình cảm động của sói Lobo và chẳng bao lâu trở thành sô văn nghệ đêm ăn khách nhất thành phố.

Chú thích:

* *Phóng tác theo ý truyện ngắn "Lobo" của nhà văn Ernest Thompson Seton. Đây là một trong số ít truyện ngắn tôi kể làm nhiều lần cho các em học sinh nghe trong lớp.*

1. *Tạm dịch: Cưng ơi, em là của anh rồi đấy.*

11. CÓ TẬT CÓ TÀI

1

Ban sinh học của tôi, nữ sinh viên chiếm đa số. Trong số năm mươi hai sinh viên năm cuối chỉ có năm nam sinh viên.

Trong đám nữ sinh viên năm cuối của lớp tôi có một cô tên Chín được các nam sinh viên của các ban trong trường bình chọn làm hoa khôi của trường. Dáng người mềm mại, tướng đi yểu điệu, nhan sắc thật sắc sảo, gương mặt trái soan trông hơi dữ vì hai đuôi mắt xếch lên trên. Cô Chín ăn nói liến thoắng, đôi môi mọng đỏ như dâu tây đã hớp hồn biết bao nhiêu khách tài tử ba miền.

2

Trong số nam sinh viên ít ỏi của lớp tôi, có một anh bạn tên là Tái, ăn mặc bảnh bao, diện mạo trung bình, cười rất tươi, nhưng tay có tật. Bàn tay trái của anh nhỏ hơn bình thường và trừ ngón cái ra, bốn ngón còn lại dính chụm lại với nhau. Để dấu khuyết tật này, anh luôn luôn cho tay trái vào túi quần.

3

Sinh viên năm cuối của các ban đều phải lấy môn y tế học đường. Thỉnh thoảng giáo sư phụ trách môn này tập trung tất cả sinh viên lên giảng đường lớn để dạy một lần cho tiện mỗi khi thầy bận việc. Một hôm thầy đang cầm micro nói thao thao sau bục gỗ, sinh viên trong giảng đường im phăng phắc lo ghi cho kịp lời thầy giảng, chỉ còn nghe tiếng quạt trần quay đều trong bầu không khí oi ả của buổi trưa hè nắng gắt. Bỗng có tiếng con gái hét rất lớn, át cả tiếng thầy. Mọi người bừng tỉnh, nhớn nhác quay nhìn xung quanh xem ai là kẻ táo tợn như thế. Thì ra mỹ nương Chín của trường đang đứng dậy khỏi ghế, một tay chống nạnh, một tay chỉ vào anh sinh viên

Tái của lớp tôi ngồi ghế phía sau và lớn tiếng tiếp: "Anh mà cứ lải nhải nhảm như thế thì guốc sẽ lên đầu đó nha."

4

Anh chàng Tái chẳng nói chẳng rằng mà cũng chẳng sượng sùng đỏ mặt. Gương mặt trắng trẻo của anh ta tỉnh bơ như không có chuyện gì xảy ra. Thầy thì cũng ngưng nói, lắc đầu, đứng chờ cho người đẹp hạ hoả, ngồi xuống. May mà chuyện xảy ra này kết thúc rất nhanh nên thầy cũng không phiền lòng. Những sinh viên khác cũng mừng vì đây là dịp được nghỉ tay một chút. Rồi chuyện gì cũng phai nhạt đi, tôi không nhớ gì về nó nữa cho đến ngày làm lễ ra trường cuối năm ở giảng đường mới trên Thủ Đức. Lúc đó tôi thật sự nhìn thấy tận mắt hai bạn Tái Chín nắm tay nhau, vừa đi tung tăng vừa nói chuyện huyên thuyên. Tôi sững sờ chứng kiến cái bước ngoặt bất ngờ trong tình yêu của phụ nữ. Đây có lẽ là luật tơ lòng u uẩn, khó dò của nữ giới mà một tay cao thủ võ lâm nào đó đã chỉ điểm cho anh bạn Tái: *Càng hận, càng yêu; phải lì mới đạt.*

Tục ngữ Việt có câu "Yêu nhau lắm, cắn nhau đau," chẳng chí lý lắm thay? Tôi phục anh bạn tôi sát đất về chiêu tán gái phải lì này. Đúng là "Có tật, có tài." Còn về cô bạn gái của anh ta, tục ngữ ta cũng có câu "Ghét của nào, Trời trao của nấy."

12. DƯỚI HẦM TÀU

1

Tôi thiếp đi lúc nào không biết cho đến khi nước lạnh chạm vào người đánh thức tôi dậy, lúc bấy giờ qua ánh sáng mặt trời rọi xuống cửa xuống hầm tôi mới nhận ra mình đang nằm trên những bao gạo ướt sũng. Nước biển lạnh đang dâng lên dần, ngập hết gạo và đến nửa thân người tôi rồi. Nằm bên cạnh tôi là một em bé trạc độ mười tuổi vẫn còn đang ngủ. Tôi nằm nghe tiếng cầu nguyện của phụ nữ, cả già lẫn trẻ, từ phía trên boong văng vẳng xuống. Tiếng nước biển phun xè xè vào thuyền qua những chỗ vá đắp không tốt ở hai bên mạn thuyền nhưng lòng tôi thật sự lúc đó bình thản vô cùng, không sợ hãi chút nào. Một sự tĩnh lặng, êm đềm tràn ngập hồn tôi. Toàn thân và trí như tan biến vào không gian xung quanh, không còn phân biệt đâu là tôi nữa. Thời gian dừng hẳn lại vĩnh viễn. Mọi suy nghĩ ngưng bặt. Ranh giới giữa sống và chết không còn thực và quan trọng nữa. Giây phút ngắn ngủi, thực sự bình an, tuyệt đối yên ổn này tôi không tài nào tìm lại được trong những năm tháng sau này trên đất Mỹ.

2

Bỗng nhiên em nhỏ bên cạnh thức giấc, đứng lên đột ngột và chiếc quần đùi kaki dài tới đầu gối của nó tụt ngay xuống. Em vội cúi xuống, lấy hai tay nắm lấy lưng quần kéo vội lên, túm chặt nó lại ở chỗ thắt lưng cho khỏi rớt xuống. Bấy giờ tôi mới có dịp nhìn kỹ em. Không ngờ em lại gầy hết mức như thế, chỉ còn da bọc xương, không thấy một tí thịt nào cả, y chang như những em bé Phi Châu vào thời nạn đói hoành hành mà các đài truyền hình tường thuật. Tôi hỏi tên em nhưng em im lặng, chỉ nhìn tôi với ánh mắt thanh thản, xa vời tưởng chừng như không còn dính líu đến cõi đời này nữa. Tôi toan đứng dậy dắt em lên trên boong tìm bố mẹ thì ba em đã leo xuống hầm bế em lên. Tôi vội hỏi ông bố sao mới mấy ngày mà cháu nó lại gầy gò quá đỗi như thế. Ông cho biết nó bị bệnh nặng trước khi đi, vợ chồng ông không thể bỏ nó lại cho ai lo được nên liều đem nó đi theo. Thôi thì muôn sự tuỳ vào phúc phận của nó.

3

Tôi là người cuối cùng rời hầm tàu ngập nước. Lên đến trên boong, tôi loạng choạng đi tìm cái xô để múc nước biển lên tắm rửa cho hết những chỗ nôn mửa khắp người vì say sóng. Mọi người lúc đó đã rủ nhau vào trú nắng trong boong tàu. Khi tắm xong, người tỉnh hẳn, tôi bèn lơ đãng đảo mắt lên phía mũi tàu thì sững người kinh ngạc, hai tay vội nắm chặt lấy lan can sắt của con tàu cho khỏi té. Phía trước là một ngọn núi nước khổng lồ từ từ nhô lên cao và con tàu gần như là dựng đứng trên lưng sóng đen xì khủng khiếp. Lênh đênh như thế thêm một ngày nữa và tới đêm khuya thì chúng tôi may mắn được một tàu khoan dầu Thuỵ Điển đang thăm dò các mỏ dầu trên thềm lục địa của Mã Lai phát hiện và cứu vớt.

4

Tôi không có dịp gặp lại em bé đó nữa. Trưa hôm sau, tôi được tin thuyền trưởng giúp cho hai bố mẹ đem xác em sang một con tàu khác nhỏ hơn, chạy thẳng ra khơi và an táng em ở ngoài đó. Trong số 165 thuyền nhân được cứu, chỉ có em duy nhất thực sự đi thoát đến mé nước bình tịnh của vũ trụ vô biên diệu ảo này. Còn chúng tôi sau đó, tuy vui mừng khi được chuyển trại sang đảo Pulau Bidong và tưởng mình đi thoát nhưng có biết đâu mình vẫn là kẻ còn kẹt lại. Cho dù tung tăng chạy nhảy, nô đùa trên hòn đảo mới rồi sau đó đến một đất nước mới, xa lạ nhưng chúng tôi vẫn chưa thoát được bụi trần, chẳng qua chỉ là đổi đời sang một guồng máy mới, tân tiến hơn, đầy đủ hơn, dễ thở hơn nhưng cái ước mơ hạnh phúc tự do ngày nào vẫn là hư ảo, vẫn ngoài tầm tay. Tôi chợt nghe văng vẳng trong tai bài hát ngọt ngào của nhạc sĩ Hoàng Giác với giọng ca truyền cảm của một nam ca sĩ Việt

trên đài phát thanh Sài Gòn năm xưa.

Tung cánh chim tìm về tổ ấm
Nơi sống bao ngày giờ đằm thắm.
... Nghe tiếng chim chiều về gọi gió
Như tiếng tơ lòng người bạc phước.

....

13. ĐÊM GIÁNG SINH

1

Thỉnh thoảng tôi tự dưng cảm thấy buồn vô cớ, nhất là vào dịp lễ tết. Tôi nhớ đến cảm giác này đã lâu lắm rồi, hồi tôi còn dạy ở một trường trung học phổ thông công lập của một thành phố khoảng 25 ngàn dân thuộc bang Kan-sát miền trung Mỹ. Lúc đó nhằm vào tối Nô-en, một cô bạn đồng nghiệp dạy môn sinh học, gốc Đức, còn độc thân, có nhã ý mời đến nhà riêng ăn bữa tiệc đêm Giáng Sinh. Cô là con một của chủ nông trại ở đó và được ông bố rất cưng chiều, lo cho đủ thứ dù đã lớn khôn.

2

Cô là mẫu người thích chơi thể thao, đặc biệt hâm mộ môn trượt tuyết. Thân hình cô thon chắc y như một nữ vận động viên thể thao chuyên nghiệp. Vào mùa đông, cuối tuần nào cô cũng lái xe hàng trăm dặm để đi trượt tuyết trên núi. Một lần, trời đang có bão tuyết lớn, các trường phải đóng cửa nhưng cô mê trượt tuyết quá, không chịu ở nhà, cứ nghĩ đây là dịp trượt tuyết thú vị có một không hai nên tự lái xe xuyên bang đi trượt tuyết một mình. Đến nơi không vào được, phải quay về vì khu trượt tuyết cũng đóng cửa. Còn tôi, với thân hình lộ ba sườn, chỉ thích ở nhà đọc sách và xem các trận đấu thể thao trên truyền hình. Chưa kể tính lười vận động đã từng đoạt huy chương vàng trong nước.

3

Hôm đi ăn tiệc không ngờ lại có mưa tuyết lất phất suốt ngày, trời lạnh buốt, nước mưa rơi xuống đọng trên các cành cây bên đường thì đông ngay thành đá trong suốt như thuỷ tinh. Tôi lái xe chạy chầm chậm dọc con đường phủ đầy tuyết nhão dẫn đến nhà cô ta. Hàng cây hai bên đường trụi hết lá chỉ còn cành vươn dài che con đường tạo thành một cái mái vòm thuỷ tinh lóng lánh, lung linh. Điểm thêm vào đó, những ngọn đèn màu lấp lánh, trang trí mặt tiền cho những căn nhà dọc hai bên phố khiến tôi có cảm giác như đang đi trên con đường hầm óng ánh kim cương dẫn vào toà lâu đài của bà chúa tuyết. Một thứ cảm giác thanh thản, nhẹ nhàng, thoát tục nảy nở trong lòng những khách lái xe qua phố tối hôm đó.

4

Vừa bước vào phòng khách của nhà cô ta, tôi đã chợt có cái cảm giác buồn man mác, mơ hồ, không tên. Một thứ cảm giác thương xót, khó hiểu, từ cõi xa xăm nào đó thoáng len lỏi qua tim tôi. Cụt hứng, nỗi vui nhè nhẹ từ ngoài đường chợt tắt. Có lẽ vì nét trang trí đơn sơ không tranh ảnh, sách báo, hay máy móc cộng thêm ánh đèn mờ mờ ảo ảo của căn phòng đã vô tình gieo vào lòng tôi nỗi u sầu hay có lẽ vì những hàng dây dài treo lủng lẳng những tấm thiệp giáng sinh ngang dọc khắp trần và tường làm tôi hơi sợ hay có lẽ tôi chưa hoàn hồn về vẻ đẹp mê ly của con đường trong khu phố nhà cô ta. Tôi không biết nữa. Bữa tiệc diễn ra êm ấm trong tiếng nói cười vui vẻ dưới ánh nến lung linh nhưng tình cảm không nảy nở thêm được.

5

Chưa kể nỗi đau ép tim khi thưởng thức những món ăn tự tay cô nấu. Thức ăn tuy lành mạnh nhưng không vừa miệng. Mọi thứ đều lạt và phần lớn là các món luộc hay hấp. Tôi tay rắc muối liên miên, lòng vừa tiếc hùi hụi khoản nước mắm, xì dầu không có, còn miệng thì tấm tắc khen món cá hấp sốt chua ngọt và món gà luộc của cô. Chỉ có thứ nước táo cider do ba cô ta tự tay làm ở nông trại là ngon tuyệt hảo; nhiều lần tôi đi chợ cố tìm mua mà không gặp thứ nào sánh bằng.

6

Sáu tháng sau hè tới, tôi nghe tin cô nhận chân dạy học mới ở Thành Phố Nữu Ước. Một cảm giác hụt hẫng, buồn buồn thoáng nhanh trong lòng. Không biết tại ai, do đâu. Còn đám học trò có ý định làm mối mai cho thầy cô cũng thở dài thất vọng, phần vì tiếc công dã tràng xe chỉ tơ hồng tất bật cả năm, phần vì hụt cơ hội đi ăn một bữa tiệc cưới Đức-Việt có một không hai trong lịch sử của thành phố.

14. ĐÔI MẮT

1

Trong một buổi học tiếng Anh dành cho người lớn tuổi vào tối thứ sáu, tôi để ý đến đôi mắt buồn u uẩn, xa vời của một học viên nam ngồi yên lặng ở cuối lớp. Tôi để ý ánh mắt anh ta hôm nay sao buồn sâu vời vợi như đôi mắt của người vợ lính chờ chồng lưu lạc phương xa trong những ngày mưa gió ở quê tôi vào thời nội chiến. Gương mặt anh không chút sinh khí, lạnh lùng, xa vắng và thoát tục. Đây là lần thứ hai trong đời tôi thấy đôi mắt u buồn thanh tịnh đến mức siêu thoát như vậy.

2

Đầu buổi học tối thứ hai tôi nhìn xuống cuối lớp, không thấy anh ta đâu nữa. Các bạn bè ngồi gần cho tôi biết anh Tân qua đời vào đêm thứ bảy mà đến sáng chủ nhật vợ con vẫn cứ tưởng anh còn ngủ nên không ai vào đánh thức. Mãi đến trưa, bà vợ thấy khác thường vào buồng lay anh dậy thì mới hay người anh đã lạnh như đá từ hồi nào rồi. Kiếp sống mong manh như lá thu. Chợt thấy đó mà rồi biến mất lúc nào không biết.

3

Hai mươi năm trước cũng thế, trong lớp chín tôi làm chủ nhiệm ở một trường trung học tại Việt Nam, sau khi điểm danh vào đầu giờ xong, theo thông lệ tôi gọi vài em lên bảng để hỏi bài hôm trước. Tôi gọi tên một em nữ sinh mãi mà không thấy lên bảng, tôi bèn nhìn về phía bàn em ngồi. Em ngồi đó im lặng. Tôi hỏi em có bệnh không, em cũng không trả lời. Hai đứa bạn cùng bàn lên tiếng nói hộ: "Thầy ơi, thầy kệ nó. Bữa nay nó mắc chứng gì mà tụi em hỏi nó cũng không thèm nói." Tôi bèn bảo em Diễm là hôm nay thầy cho nợ, ngày mai thầy sẽ gọi em lên hỏi bài lại. Em ngồi nghe, vẻ mặt thanh thản, chỉ ngửng đầu lên nhìn tôi một lúc với cặp mắt đen u hoài, tĩnh lặng, không nói gì hết. Dường như bấy giờ đối với em mọi chuyện chẳng có gì là quan trọng nữa.

4

Sáng hôm sau khi điểm danh xong, tôi cảm thấy không khí lớp học có vẻ gì khác lạ, im lặng hơn những ngày thường và có một số em vắng mặt. Tôi hơi ngạc nhiên hỏi cả lớp có chuyện gì vậy. Một vài em cùng lên tiếng một lượt báo cho tôi biết là em Diễm, nữ sinh còn nợ bài tôi, đã đột ngột từ trần đêm qua rồi. Một em nói: "Tội nghiệp nó, thầy ơi, nó chết mà không nói với ai một lời." Tôi bàng hoàng cả người, đâu ngờ cái chết lại đến quá nhanh và bất ngờ như vậy đối với em học trò còn quá trẻ, hiền lành và trong trắng như hoa đồng nội.

5

Từ đó trở đi tôi không quên được đôi mắt sâu thẳm, u hoài của Diễm và của Tân và nếu tôi bắt gặp đôi mắt này một lần nữa thì tôi có thể tin chắc ai kia sắp lìa đời. Một vị mục sư tin lành trong nhà thờ nào đó đã có lần nhắc nhở cái chết đến như kẻ trộm, không biết trước được và khuyên con chiên lúc nào cần phải làm gì thì nên làm ngay. Tôi cũng vậy, sau khi kể chuyện này xong trong lớp Việt ngữ, tôi vẫn luôn nhắc nhở các em có thương yêu ai thì bày tỏ lòng mình ngay đi, không nên chần chờ vì có thể lỡ cơ hội. Cũng vậy, dự tính làm việc gì thì làm ngay đi, đừng chần chờ mà hỏng việc. Miệng nói tay viết ngay lên bảng: *Tomorrow may never come. You want to do something, do it now while you still have time. Do not wait till tomorrow, it maybe too late by then.*[1]

Chú thích:

    1. Tạm dịch: Ngày mai có thể sẽ chẳng bao giờ đến. Bạn muốn làm gì thì làm ngay bây giờ đi khi bạn còn đang có thời gian. Đừng chờ đến ngày mai mà lỡ chuyện.

15. ĐÚNG HẸN

1

Khánh là một em học sinh lớp 12 của trường trung học phổ thông Tự Do. Năm nay là lần đầu tiên em quen được với một nữ sinh tươi tắn như hoa lài trong lớp Anh ngữ. Ngoài giờ học em còn đi làm thêm ở quán Quê Hương gần nhà. Gặp cô chủ vui tánh, tốt bụng, lại có ý nâng đỡ nên Khánh được làm thêm giờ, có tiền rủng rỉnh để bao cô bạn gái đi ăn uống thoải mái.

2

Mỗi thứ sáu sau khi rời nhà hàng về nhà, Khánh có thói quen ghé vào tiệm nước hoa Quyến Luyến trong khu thương xá Thanh Xuân gần đó để mua một lọ nước hoa nhỏ tặng người đẹp dễ chịu vì không bao giờ đòi hỏi điều gì hết. Chuyện tình đang đẹp bỗng dưng vì một chuyện hiểu lầm gì đó nên hai đứa giận nhau rồi từ đó đó thôi không nói chuyện nữa. Tình cảm đến và đi hết sức bất ngờ. Nào ai biết.

3

Khánh buồn rầu nhưng vẫn theo thói quen cũ thỉnh thoảng ghé đến tiệm nước hoa quen thuộc để mua như thường lệ. Có lẽ tình đầu vương vấn vẫn còn đó chưa khuây khoả, chưa tan. Tình cờ một hôm khi anh đến quầy trả tiền thì mới biết cô bán hàng quen thuộc hôm đó bị bệnh phải nghỉ ở nhà. Cô em da trắng má hồng, thay chị bán hàng thì nhí nhảnh và vui tính. Đôi mắt cô đen láy trên gương mặt trái xoan xương xương, sáng lên tinh quái mỗi khi cô cười. Khánh bỗng dưng thấy lòng vui vui, yêu đời trở lại trước cử chỉ vồn vã, hồn nhiên và những lời nói đùa chiều khách dễ mến của cô bán hàng có duyên này.

4

Thế là Khánh lại bắt đầu lui tới tiệm nước hoa mỗi tuần để mong làm quen với cô bán hàng xinh xắn. Tuy anh đã nhiều lần mời người đẹp thơm tho đi ăn kem ba màu ở quán Anh Đào gần đó nhưng lần nào cũng bị từ chối khéo. Khánh vẫn không nản vì anh nhớ lời ngoại dặn lúc bà còn sống: "Con gái càng dễ thương, tươi tỉnh thì càng phải kiên nhẫn mới mong chiếm được trái tim nàng vì không ít công tử giòng họ Bám Riết hay đại gia Giấy Xanh theo đuổi. Điển hình là quán Quê Hương gần nhà đó, khách võ lâm hào hoa phong nhã ra vào nườm nượp vì cô chủ mau mắn, mặn mà, vui tính mà lại khéo nấu ăn nữa. Cháu phải biết để ý mà vận dụng sáng tạo vào đời sống của mình."

5

Một hôm cao hứng, anh cũng nhắc lại lời mời cũ như thường lệ mà trong lòng thì thầm nghĩ là chưa trúng giờ hoàng đạo đâu. Không ngờ cô em bán hàng hôm đó lại mau mắn nhận lời. Cô ta nói: "Ngày mai thứ bảy em rảnh buổi trưa, không phải lo đi chợ và cơm nước như thường lệ vì cả nhà đi ăn tiệc cưới vào buổi tối ở nhà hàng Quê Hương đó.

Em nghe nói ở đấy có nhiều món ngon lắm. Nếu thật vậy thì em sẽ mời anh đi thưởng thức với em lần tới. Em cũng sẽ rủ ông già A-Chí cô đơn nhà bên cạnh đi ăn chung cho vui. Chuyện đó tính sau, còn vụ ăn kem ngày mai, em sẽ đợi anh dưới chân cầu thang máy đúng 12 giờ trưa nha. Em không thích đứng chờ lâu đâu."

6

Khánh ra khỏi tiệm mừng rơn, vừa phóng ra xe máy đậu phía trước lề đường vừa múa xoay vòng vừa cảm ơn đời đã ban cho diễm phúc không ngờ này. Bầu trời hôm ấy xanh biếc chưa từng thấy. Cô chủ quán Quê Hương đứng nhìn từ xa, tủm tỉm cười nhớ lại mối tình bất ngờ năm xưa của mình. Sáng hôm sau y hẹn Khánh đến sớm 15 phút. Anh đứng chờ phía ngoài thương xá, nhìn về phía bãi đậu xe như có ý ngóng người đẹp từ xa. Chờ mãi không thấy bóng em gái nõn nà đâu, anh chàng đi vội vào thương xá nhìn về phía cầu thang máy xem có thấy cô gái nào đứng ở đó không. Không có một bóng trắng bóng hồng nào cả. Đèn trong thương xá sáng trưng.

7

Anh chợt nghĩ bây giờ là 12 giờ kém 5 rồi mà không thấy em đâu, hay là cô nương đã cho mình leo cây rồi. Mà cũng không chừng mình nghe không rõ, sai giờ chăng. Thôi thì thử đi thang máy lên lầu hai đến tiệm cô ấy xem sao. Vừa bước ra khỏi thang máy, anh kinh ngạc đến sững sờ. Đây không phải là lầu hai mà anh đã từng đi tới lui không biết bao nhiêu lần. Sao bữa nay nó trông khác lạ quá vậy. Không có một gian hàng nào trên lầu này hết. Chỉ toàn là các kho chứa hàng mà thôi. Anh ta đang dụi mắt xem mình có nhìn quáng hay không thì chợt thấy bóng một ông già dọn dẹp thấp thoáng ở góc lầu nên vội chạy lại hỏi thăm cho rõ sự tình. Ông già cũng ngạc nhiên không kém cho biết lầu hai này từ trước tới nay chỉ dùng làm nhà kho thôi.

8

Khánh nghe thấy vậy bán tín bán nghi vội vã chạy vào cầu thang máy, bấm nút đi trở xuống tầng dưới. Bỗng nhiên anh nghe tiếng dây cáp đứt, chiếc thang máy rơi tự do thẳng từ trên xuống đất. Thi thể anh bị giập nát trong thang máy. Tháp đồng hồ điện của thương xá chỉ đúng 12 giờ trưa.

16. GƯƠNG CẦN KIỆM

1

Tôi đã sống ở Mỹ hơn ba tháng mà vẫn chưa kiếm ra việc làm. Ban ngày thì bận rộn đi tìm việc. Buổi tối rảnh rang, tôi thường đọc báo hoặc xem tin tức trên truyền hình để luyện thêm Anh ngữ. Một tối tôi tình cờ đọc được một bản tin ngắn trên báo loan tin một hưu trí viên Mỹ, 92 tuổi, sắc dân da đen, độc thân, trình độ học vấn trung học, sau hơn ba mươi lăm năm làm công việc dọn dẹp tại một trường đại học cộng đồng địa phương đã từ trần và để lại di chúc tặng cho trường tất cả gia tài của ông tổng cộng trị giá lên tới trên bốn triệu đô la, gồm một khoản tiền mặt kếch xù trong trương mục ngân hàng và nhiều cổ phiếu chứng khoán của ông. Cả ban quản trị và hội đồng giảng huấn nhà trường vừa hết sức kinh ngạc vừa thắc mắc không hiểu bằng cách nào mà một nhân viên với mức lương thấp như ông lại có thể hiến tặng cho nhà trường nhiều đến thế vừa cảm động và tự hào về nghĩa cử đáng quý của ông. Về sau đài phát thanh cho biết thêm chút ít về đời tư của ông. Cả đời ông sống trong một căn hộ nhỏ thuộc một khu chung cư cao tầng của thành phố, chi tiêu tần tiện nên mỗi tháng cũng dư ra chút đỉnh tiền. Ở sở làm ông thường hay bắt chuyện với các giáo sư kinh tế và tài chánh của khu vực ông ta phụ trách và chịu khó lắng nghe các ý kiến của họ về tình hình thị trường chứng khoán cũng như các tin tức đầu tư nóng bỏng khác rồi dựa vào đó mà đầu tư theo. Chính nhờ vậy mà dần dà trở nên giàu có một cách kín đáo. Riêng cá nhân tôi, tôi phục ông là người có chí học hỏi không ngừng và có bản lãnh dũng cảm trong đời sống, đồng thời tôi cũng phải khen thầm nhà trường này vì đã đối xử thật tốt đối với một nhân viên thấp như ông đến mức suốt đời cho tới lúc chết ông vẫn không quên ơn.

❖ CHI QUOC NGUYEN ❖

2

Mười lăm năm sau trong lúc tôi đi phỏng vấn một chân dạy học ở một trường đại học, tôi cũng hân hạnh gặp một vị giáo sư của trường và được ông quý mến mời về nhà ở chơi với gia đình ông suốt một buổi chiều. Ông vừa dẫn tôi đi xem ngôi nhà to lớn, có hồ bơi riêng bên trong của ông vừa tự hào tâm sự về hoàn cảnh tài chánh mỹ mãn của gia đình ông. Hai ông bà đều là nhà giáo. Lúc mới lập gia đình, bà dạy tiểu học còn ông dạy trung học, ông bà đã lên ngay kế hoạch để dành tiền. Mọi khoản chi tiêu gia đình thu gọn vào một đầu lương, còn đầu lương kia thì để dành rồi sau đó đem đi đầu tư. Ông kể tiếp, trong vòng mười năm đầu họ sống thật giản dị trong một căn nhà tiền chế lưu động, không gắn truyền hình dây cáp, không hề đi ăn hay đi chơi bên ngoài mà cũng chẳng mua xe mới. Hai ông bà cứ ung dung đi chung một chiếc xe cũ xì từ hồi đại học. Bà thì tự tay nấu ăn ở nhà còn ông thì khéo tay, tự lo việc bảo trì nhà cửa, không phải tốn tiền mướn thợ. Sự đầu tư của ông bà may mắn sinh lời đều đặn và rồi tiền đẻ ra tiền cho đến khi cháu bé gái đầu lòng đến tuổi đi học thì bà quyết định nghỉ dạy ở nhà để chăm sóc cho con và dạy con học. Cháu gái may mắn được học ở nhà với mẹ, không đi học ở trường như các bạn khác. Sau bữa cơm tối thân mật, tôi còn được thưởng thức tiếng đàn dương cầm của bé nữa.

3

Tôi nghe câu chuyện tâm tình của vị giáo sư này mà cảm thấy phục tinh thần tiết kiệm lâu dài và có kỷ luật như thế. Mãi về sau tôi mới có dịp noi theo gương cần kiệm của ông bà này nên trong vòng mười năm cuối đời cũng đã trả dứt được món nợ của căn nhà nhỏ trú thân trước khi nghỉ hưu. Để kết thúc câu chuyện, tôi xin nhắc lại lời khuyên ngắn gọn và bổ ích của một chuyên gia tài chánh Mỹ dành cho các bạn trẻ muốn có một cuộc sống vững vàng và ổn định trong tương lai: *"Spend within your needs, live below your means."*[1]

Chú thích:

    1. Tạm dịch: Chi tiêu trong phạm vi những thứ cần thiết, sống dưới mức khả năng tài chánh của bạn.

17. GƯƠNG MẶT CẨM THẠCH

1

Lớp Việt ngữ của tôi năm nay có một em nữ sinh làm tôi chú ý ngay từ buổi học đầu tiên. Em Kathy có gương mặt dễ coi, hiền hoà nhưng lạnh như phiến đá cẩm thạch, không hề biểu lộ lấy một chút tình cảm nào ra bên ngoài. Em ngồi yên lặng trong lớp, nghiêm trang, không quay dọc quay ngang nói chuyện hay cười đùa như các bạn khác. Đôi mắt em phảng phất một thứ tia sáng tinh anh, nhu mì, khiến ai mới gặp cũng có thiện cảm ngay.

2

Đến gần cuối năm trong buổi thi kiểm tra lượng giá về môn toán của tiểu bang, học sinh cả lớp đã làm xong bài trước giờ quy định. Tôi thu bài, kiểm điểm lại các tài liệu thi rồi bỏ vào thùng đựng trên bàn chờ chuông reo là đem lên văn phòng nộp lại. Các em học sinh thì ngồi nghỉ tại chỗ, tự do trò chuyện to nhỏ với nhau thoải mái. Bỗng nhiên một em trai, tính tình vốn lý lắc nhưng đẹp trai, bảnh bao, ăn nói liếng thoắng, đổi hết chỗ này sang chỗ kia, nói chuyện linh tinh với hết nữ sinh này đến nữ sinh khác rồi thình lình chạy lại ghế em Kathy đang ngồi đùa dỡn sà ngay vào lòng em. Em này không phản kháng gì hết, cứ để yên cho em nam sinh ngồi trên lòng mình. Tôi ngạc nhiên hết sức và thấy chướng quá bèn gọi tên và bảo em nam sinh đó trở về ghế của mình ngay. Tôi lắc đầu ra dấu tay cho em nam sinh biết hành vi đùa giỡn như vậy trong lớp là không chấp nhận được.

3

Cả tối hôm đó ở nhà tôi cứ suy nghĩ mãi về chuyện này và không hiểu sao một nữ sinh nghiêm trang như em mà lại có thể chấp nhận được hành vi táo tợn và không đứng đắn của một nam sinh lăng nhăng trong lớp mà không hề phản kháng.

Có thể hai em học sinh này đã bồ bịch với nhau rồi mà tôi không biết chăng? Tôi chợt nhớ đến, trong cuốn tiểu thuyết "Chiến Tranh và Hoà Bình" của Léon Tolstoi, anh chàng André đứng đắn, nghiêm nghị quá nên chậm chạp không dám bạo dạn tiến tới với cô Natacha vui vẻ, hiền hậu để cô này sau đó đâm si mê một tên sở khanh, ăn chơi trụy lạc mà từ hôn với chàng. Câu chuyện tình cảm giậm chân ì ạch tại chỗ này đã gợi ý cho tôi hiểu thêm về cái tâm lý rắc rối, khó hiểu của thế giới phụ nữ: *Con trai không hư thì con gái không thương*. Thói hư tật xấu cũng có sức quyến rũ mạnh không kém tính hay nết tốt. Nước hoa càng thơm quyến rũ càng phải chứa một chút ít chất hôi. Đó là cái nghịch lý, cái mâu thuẫn của thế giới ta đang sống, một thế giới không hoàn hảo -- *Trong cái tốt đẹp nhất vẫn có điểm xấu và trong cái tệ hại nhất cũng có mặt mầm tốt.*

18. HAI CON MA

1

Tuấn và Ngọc là hai sinh viên dự bị văn khoa, quen nhau vào một buổi chiều vừa gió lại vừa mưa lâm râm cách nay hơn một năm. Khi đó Ngọc vừa chạy xe đạp ra khỏi cổng trường, Tuấn chạy bộ đuổi theo sau, tay cầm chiếc nón lá bài thơ của cô, miệng vừa gọi với theo cho biết là chiếc nón cài ở ghế sau xe bị gió thổi rớt xuống đất đây nè. Thế là hai người quen nhau. Ngọc hơn Tuấn một tuổi nhưng cả hai đều xứng đôi vừa lứa, trai tài gái sắc. Họ hẹn hò gặp nhau ở công viên Tao Đàn mỗi chiều thứ sáu để vừa hóng gió vừa thưởng thức đủ thứ món ngon và rẻ bán rong ở đó. Cả hai không hẹn mà cùng hiểu ngầm là phải chia tay nhau về trước 11 giờ khuya. Họ tâm sự tràng giang đại hải, thời gian trôi qua thật nhanh.

Cô Ngọc nói thôi là nói, còn anh Tuấn thì vừa ngồi nghe đài vừa gọi món liên miên. Mới chút xíu đây mà đã 11 giờ đêm rồi. Lần nào chia tay họ cũng bịn rịn không muốn rời nhau. Tình đã lên đỉnh cao, tim đập cùng nhịp. Đã đến lúc nhạc lòng chuyển sang khúc dồn dập mê ly.

2

Một tối cả hai nói chuyện thật nhiều, thề thốt với trăng sao đến nỗi quên hẳn thời gian cho đến khi có tiếng gà gáy đâu đó thì mới giật mình tỉnh giấc mơ hoa. Lúc bấy giờ đã gần 4 giờ sáng rồi. Không ai bảo ai, họ quay lại nhìn nhau rồi cùng rú lên sợ hãi. Tuấn thấy bên cạnh mình không phải là Ngọc nữa mà là một con nữ ma đầu xấu ơi là xấu; còn Ngọc cũng vậy, thấy bên cạnh mình không phải là anh Tuấn đẹp trai hào hoa mà là một tên quỷ dạ xoa hôi thối, tanh tưởi. Cả hai người vội đứng dậy ù té chạy, tưởng là công viên này có ma quỷ ám. Chạy xa nhau một quãng ngắn bỗng cả hai dừng lại. Một ý nghĩ gì đó thoáng nhanh qua trí làm hai người quay lại rồi chạy trở về ôm chầm lấy nhau, hôn lấy hôn để. Sáng hôm đó mấy bà buôn thúng bán mẹt đi bán rong sớm kể với nhau là họ thấy tận mắt hai con ma trẻ, xấu dữ lắm, nắm tay nhau đi dung dăng dung dẻ ra khỏi công viên Tao Đàn rồi lên xe buýt đi mất.

19. HAI ĐỒNG NGHIỆP

1

Tôi có quen hai người bạn đồng nghiệp cùng sống chung trong khu tập thể của nhà trường. Cả hai đều thuộc gia đình cách mạng, một người dạy văn và người kia dạy toán nhưng cuộc đời thăng trầm khác hẳn nhau.

2

Anh bạn Tân là giáo viên toán, người trung, con liệt sĩ, trẻ tuổi hơn và độc thân nên vấn đề ăn diện là ưu tiên hàng đầu. Quần áo lúc nào cũng ủi thẳng nếp, giày dép bóng loáng, tóc cắt ngắn và rẽ ngôi ở giữa thẳng tắp. Thầy Tân tuy không thích mặc áo vét hay đeo cà vạt nhưng rất chú ý đến thể diện bên ngoài. Thầy siêng tập tạ với các anh em sống chung phòng và mỗi ngày chịu khó đạp xe đạp vài vòng quanh xóm vào buổi chiều. Thầy có lẽ bị bệnh thận gì đó vì nước tiểu có lẫn chất vôi trắng đục. Vài năm sau đó thầy lập gia đình với một cô gái địa phương và dọn ra ở riêng. Cô vợ, quê ở Cái Bè, là người làm ăn buôn bán ở chợ nên hai vợ chồng có vẻ phong lưu hơn trước.

3

Từ đó tôi ít gặp vợ chồng anh. Mãi cho đến mười lăm năm sau, khi tôi có dịp trở về lại Sài Gòn, nhằm lúc anh Tân đang nằm trị bệnh tại một bệnh viện công trong phố nên tôi cùng với một người bạn cũ nhân tiện đi mua sách gần đó ghé vào thăm luôn. Ba người chúng tôi kéo nhau ra một quán cóc sát bên nhà thương, trò chuyện huyên thuyên về đám bạn bè cũ, ôn lại chuyện xưa tích cũ mãi cho đến tối. Tôi có hỏi qua chuyện gia đình thì anh buồn rầu kể lể là bà vợ không biết làm ăn lớn như thế nào mà mắc nợ nhiều người một số tiền khổng lồ. Ngày nào cũng có người đến nhà đòi nợ, nào là la lối, chửi bới om sòm, nào là thưa kiện ở phường khóm. Anh nhức đầu, chịu không nổi nên lấy cớ bệnh xin nghỉ dạy một năm không lương để lên Sài Gòn điều trị và đồng thời tránh bị lôi kéo vào việc nợ nần tai tiếng của vợ. Trên máy bay về Mỹ tôi biết anh bạn tôi khó có thể né tránh mãi như thế này được và rồi cuối cùng anh sẽ giải quyết chuyện nợ nần của vợ như thế nào đây?

4

Anh bạn thứ hai tên Dũng, dạy văn, tướng mạo cao ráo, hàm nở, lông mày dày, râu quai nón rậm, trông không khác gì một tướng công oai vệ thời xưa. Giọng nói oang oang, tướng đi khoan thai, đường bệ. Anh Dũng lấy cô vợ người nam thuộc gia đình cách mạng cao cấp nên chỉ trong một thời gian ngắn leo lên làm giám đốc học khu của tỉnh rồi sau đó chuyển ra Hà Nội giữ chức vụ thứ trưởng giáo dục. Thật đúng như câu tục ngữ Việt *"Giàu vì bạn, sang vì vợ."* Con đường sự nghiệp của anh đang lên vùn vụt như diều căng gió thì không ngờ một buổi chiều anh bạn thân của tôi gọi điện sang báo tin buồn: Anh Dũng đột ngột qua đời vì chứng tai biến mạch máu não. Cuộc đời có những đột biến bất ngờ không ai lường trước được.

20. HOA MƯỜI GIỜ

1

Ngay từ mẫu giáo tôi đã học rất dở về mọi môn, nếu không nói là dốt đặc cán mai. Đến năm lớp sáu bố mẹ tôi đành phải gửi tôi xuống tỉnh ở với ông cậu giáo viên với hy vọng là có cậu kèm thì sẽ khá dần lên. Ở gần hai năm với gia đình cậu nhưng cũng chẳng tiến bộ gì hết nên bố mẹ tôi lại đem tôi về lại Sài Gòn. Bố mẹ tôi ngày càng lo lắng thêm, phần vì tôi là con trưởng, phần nữa vì các thầy cô trong trường cứ thỉnh thoảng hẹn nhau cùng đến nhà tôi vào buổi chiều để góp ý chuyển tôi sang học nghề lao động tay chân. Có người nói với mẹ tôi thế này: "Em không học chữ nổi đâu bà ạ. Trí óc em không thích hợp cho việc học chữ để có thể lên học lên cao.

Ông bà nên cho em đi học một nghề gì đó để sau này kiếm sống thì tốt hơn."

2

Bố mẹ tôi nhất định không tin như vậy nên bắt đầu đăng báo tìm sinh viên đại học đến ăn ở hẳn trong nhà để kèm cho tôi mỗi ngày hai tiếng vào buổi tối. Tìm các cô cậu sinh viên dạy kèm thì dễ nhưng giữ được họ thì hết sức khó. Bố mẹ tôi vò đầu gãi tai, cứ thắc mắc hoài không hiểu sao họ chỉ kèm được vài tháng thì lại lấy cớ này nọ xin nghỉ mặc dù gia đình tôi đối xử rất tốt với họ. Cho họ ăn ở một phòng riêng không lấy tiền, lương trả không kém những chỗ khác, chỉ mong sao tôi gặp được đúng thầy cô mà trí óc mở dần ra thì đủ mãn nguyện rồi, không đòi hỏi gì hơn. Mãi về sau này ba mẹ tôi mới hiểu rõ nguyên nhân. Họ thấy bố mẹ tôi đối xử quá tốt còn họ thì không làm cách nào để dạy cho tôi hiểu bài vở để việc học có tiến bộ hơn. Do đó, họ tự cảm thấy tuyệt vọng về cái đầu đất sét của tôi mà tự ý xin rút lui.

3

Tình trạng ngu ngơ của tôi cứ tiếp diễn như thế và năm nào tôi luôn luôn đứng hạng chót trong lớp về nhiều môn học. Nhà trường bắt buộc tôi học hè thêm mới cho phép lên lớp vào năm học sau. Từ mẫu giáo đến lớp chín trí óc tôi chỉ hiểu được những sự việc cụ thể, những điều mà tôi có thể nhìn thấy hoặc sờ được. Tôi còn nhớ mãi hình ảnh một thầy giáo toán đã hùng hồn chứng minh hai tam giác thầy vẽ trên bảng bằng nhau vì có cạnh này bằng cạnh kia và góc này bằng góc nọ trong khi tôi nhìn thấy rành rành bằng chính mắt mình là chúng hiển nhiên không bằng nhau chút nào, một tam giác to hơn tam giác kia một chút. Tôi ngồi trong lớp toán, đầu óc rối mù, tự hỏi sao mà kỳ vậy. Hai tam giác rõ ràng không bằng nhau mà thầy cứ chứng minh vòng vo là chúng bằng nhau theo những định lý này nọ. Đầu óc cụ thể, nông cạn trên bề mặt của tôi không thể lĩnh hội được những chiều sâu của tư duy trừu tượng.

4

Tôi còn nhớ một lần đi chơi với bạn bị té xe gắn máy, sầy đầu gối chỉ vì một suy nghĩ đơn giản của tôi. Bạn đèo tôi ngồi đằng sau trên một chiếc xe gắn máy, đường vắng nhưng chạy không nhanh lắm bổng con đường phía trước rẽ vòng sang trái, bạn tôi ngồi trước nghiêng người xuống thấp về bên trái khi xe chạy vào khúc cua này. Tôi ngồi phía sau nghĩ đơn giản như thế này, bạn nghiêng về bên trái thì mình phải nghiêng về bên phải cho cân bằng, chứ cũng nghiêng về bên trái luôn thì xe sẽ lật. Tôi vừa nghĩ như thế vừa xuất chiêu liền. Chiếc xe gắn máy bỗng nhiên lật xấp trên đường, trớn chạy kéo chiếc xe và hai chúng tôi cà sát trên mặt đường và lủi lên lề. Bạn tôi thì không sao nhưng hơi bực mình vì chiêu đối lực có một không hai của tôi, còn tôi thì bị trầy đầu gối trái. Cái quần kaki mẹ mới mua cho đã bị thủng một lỗ lớn. Một lần khác trong kỳ thi môn vật lý, đề thi yêu cầu giải thích tại sao một chiếc chiến hạm lớn làm toàn bằng sắt nặng có thể nổi trên biển. Tôi trả lời ngắn gọn là vì nó rỗng. Thầy vật lý đọc lời giải của tôi không nín được cười. Sau này tôi mới hiểu câu trả lời của tôi theo trực giác, thiếu cơ sở khoa học.

5

Tôi thường thèm thuồng ngồi nhìn các bạn trong lớp hình học tự đọc lấy đề bài tập toán trong sách giáo khoa, vẽ hình ra rồi viết lời giải một cách dễ dàng. Có lần, tôi tự nhủ thầm bạn làm được dễ như thế thì mình cũng phải làm được chứ. Tôi bèn lấy sách ra đọc bài tập đến đâu thì vẽ đến đó nhưng chỉ được một chút là tắc tị, không biết phải làm như thế nào nữa cho đúng. Tôi cố vẽ đi vẽ lại vài lần nhưng cuối cùng phải chịu thua vì không đi tiếp được và cũng không hiểu đầu đuôi ra sao mà trả lời. Tôi đành chờ về nhà nhờ bạn hay thầy cô kèm giải giúp.

6

Bố mẹ tôi gần như vô vọng về cậu con trai quý tử của mình thì bỗng nhiên đến giữa năm lớp chín trí óc tôi tự nhiên bắt đầu mở ra như một đoá hoa nở muộn. Tôi chợt hiểu ra những điều trừu tượng ẩn đằng sau những dòng chữ, những lời nói hay những khái niệm tổng quát mà các bộ óc thông minh đã dễ dàng nhìn thấy hay tự suy nghiệm ra qua những mớ dữ kiện hỗn độn của thế giới chung quanh. Cánh cửa vô hình đã mở ra trước mắt tôi một vườn hoa muôn màu sắc mà trước giờ tôi không nhận ra. Thế là chỉ trong vòng một năm tôi bắt kịp các bạn giỏi trong lớp và từ đó trí óc tôi như cánh bướm vườn xuân, bay lượn tung tăng trong vườn hoa sách vở của hai năm cuối trung học phổ thông. Cuối năm mười hai tôi thi đậu kỳ thi tú tài hai với hạng ưu (A) và được thầy hiệu trưởng trao tặng giải thưởng học sinh xuất sắc cùng với một số bạn khác.

7

Trong những năm dạy học tôi đã gặp không ít những em học sinh có trí óc nở muộn như vậy. Tôi thường kể câu chuyện này để khuyến khích các em giữ vững tinh thần, luôn

luôn kiên nhẫn chờ đợi mùa hoa đời mình nở không báo trước, tuy muộn nhưng vẫn xinh đẹp không thua gì những đoá hoa nở đúng mùa kia. Tôi luôn luôn kết thúc câu chuyện hoa mười giờ nở muộn của mình bằng một câu tiếng Anh viết trên bảng: *Never underestimate your flowery mind; you never know when it blooms.*[1]

Chú thích:

   1. *Tạm dịch: Đừng bao giờ đánh giá thấp cái trí óc đẹp như hoa của bạn; nó nở lúc nào bạn không biết đấy.*

21. HỢM HĨNH

1

Bác Lân là một kỹ sư canh nông nằm cạnh tôi trong trại tù cải tạo, bấy giờ khoảng 50 tuổi nhưng vẫn chưa lập gia đình. Ông kỹ sư người nam này đã từng tu nghiệp bên Mỹ bốn năm và là con của một gia đình đại địa chủ danh giá ở miền tây. Ông có dáng người nhỏ nhắn, hơi thấp, nước da đen giòn, tay chân cứng cáp, cơ bắp rắn chắc như các nông dân thứ thiệt. Giọng nói chắc nịch, đầy tự tin, tự phụ thì có phần đúng hơn, và dứt khoát.

2

Những lúc rảnh rang ông thường kể chuyện du học ở vùng trung Mỹ. Giọng kể thật hấp dẫn, anh em nằm quanh phòng đều im ắng lắng tai nghe vì toàn là chuyện lạ về đời sống nông trại xứ người. Đêm đã khuya rồi, chỉ còn có mỗi giọng người kể chuyện trầm trầm, nhè nhẹ như gió thoảng, lúc nhanh lúc chậm, khẽ ru hồn các bạn tù vào giấc ngủ sâu an bình. Các thính giả chung phòng hàng đêm ngóng chờ chương trình kể chuyện thật xứ lạ của bác Lân như những đứa con thân yêu mong miếng bánh ngon của mẹ từ chợ về. Đây là chương trình phát thanh tự nguyện, phi lợi nhuận, tuỳ hứng nên không có thời khoá biểu nhất định và ăn khách nhất trong trại mà nhiều khi đến ngay mấy tay cai tù đi tuần ngang qua bên ngoài cửa cũng phải dừng chân lại, vừa ngồi rít thuốc vừa lắng nghe.

3

Nào là những thôn nữ Mỹ, cao lớn, da trắng như tuyết, xinh xắn, tóc vàng, mắt xanh, mạnh như vâm, bắp cơ tay to bằng bắp đùi ông ấy, miệng cắn thỏi bơ ngọt ngào như cắn miếng chuối tây. Nào là những thửa ruộng lúa mì và bắp, hình tròn, nằm san sát nhau và rộng lớn đến mức các trại chủ phải dùng máy bay cánh quạt phun thuốc trừ sâu mới xuể. Chiếc máy bay lượn vòng vo rất chậm và thật thấp trên đám ruộng xanh rì như con bướm sắt khổng lồ màu rằn ri đi tìm hoa hút mật. Nào là những dàn máy tưới có bánh xe dài như những đoàn tàu hoả, tự động lăn bánh phun nước khắp nơi. Nào là vào những chiều thu hoạch mấy xe gặt cơ giới to lớn, dàn hàng ngang chạy trên đồng bốc bụi nâu mịt mù khắp trời như mấy con dế cơm khổng lồ, mập mạp, óng ả dưới ánh nắng vàng rói đang gặm dần mái tóc vừa chín tới của đám ruộng. Nào là vào mùa hè ban ngày các nông dân Mỹ nghỉ ngơi hay sửa chữa các thiết bị, máy móc, chờ đến ban chiều mới lái đủ loại nông xa như máy cày, máy gieo, máy tưới, v.v ra đồng lặng lẽ làm việc. Như thế nhất cử lưỡng tiện, vừa tránh được cái nóng gay gắt của mùa hè vừa đỡ thấy mệt. Hơn nữa, vào mùa hè ngày dài hơn đêm nên mười giờ tối rồi mà trời vẫn sáng trưng như ban ngày. Trí nhớ dai, óc nhận xét tinh tế, cách tả cảnh tỉ mỉ với những từ tượng hình, gợi cảm và khiếu thêm mắm thêm muối sinh động của bác thật tuyệt vời. Tôi tiếc không nhớ hết nhiều chuyện khác nữa vì không ghi ra giấy.

4

Một hôm tôi có dịp hỏi han ông về chuyện tình duyên. Cao hứng, ông bèn tâm sự về mối tình môn đăng hộ đối mà bố mẹ già của ông đã lo lắng sắp đặt cho ông. Ông thì thấy chuyện này thật khó chịu, giọng ông tới đây hơi có vẻ bực dọc, phiền muộn. Ông kể tiếp, bố mẹ già của ông biết không còn sống được bao lâu nữa nên chỉ mong con cái ai nấy đều có vợ có chồng, ổn định thì mới an lòng nhắm mắt ra đi. Trong nhà chỉ còn có ông tuy lớn tuổi rồi mà vẫn chưa yên bề gia thất nên bố mẹ rất sốt ruột, bèn cậy người làm mối cho ông cô gái tuổi xấp xỉ ba mươi, con một của một phú ông ở làng bên cạnh. Ông không chịu, cứ chê là cô ta già quá, quê mùa quá mặc dù cô gái và bố mẹ cô rất muốn kết sui gia. Còn bố ông thì nói với ông thế này: "Tao thấy con nhỏ Lan gương mặt sáng sủa dễ nhìn, ăn nói nhỏ nhẹ với giọng nam truyền cảm, quyến rũ hết biết, tính tình dịu hiền như lúa với khoai, lại đảm đang, chịu thương chịu khó. Mày lấy được con nhỏ này là phước bảy mươi đời đó con. Mày mà kén chọn quá thì chỉ có nước lấy ma thôi."

5

Thỉnh thoảng nhân dịp giỗ tết, cô gái mang quà, bánh và trái cây sang biếu gia đình ông. Một lần cô Lan chiều ý bà mẹ mình, mở túi cam, lấy ra mấy trái, cắt ra mời mọi người cùng ăn cho vui vẻ và không khí bớt tẻ nhạt. Ông kể đến đây, cao giọng lên, môi trề ra một cách hợm hĩnh, nói tiếp: "Họ đã ra khỏi cửa rồi mà tôi vẫn còn ghét cay ghét đắng họ đến thế. Không chịu nổi nữa tôi bèn quay vào bàn, cầm lấy bọc cam và đĩa cam, đi vào nhà bếp và vất cả vào thùng rác cho rảnh nợ."

6

Mười lăm năm sau vào ngày lễ Tình Yêu, trong một buổi dạy học tại trường trung học phổ thông của một thành phố điện tử bên Mỹ, tôi lại có dịp chứng kiến hành vi khinh người này một lần nữa. Hôm đó vào giờ ăn trưa, tôi đang ngồi trong lớp gặm say sưa ổ bánh mì thịt nguội tự tay làm lấy ở nhà thì một em nam sinh lạ hoắc, không phải học trò tôi, mở cửa xông thẳng vào phòng, tay cầm một bó hoa hồng nhỏ bọc trong một tấm giấy kiếng trong màu vàng nhạt, đặt nó lên bàn và nói nhỏ với tôi: "Chào thầy ạ. Nhờ thầy làm ơn chuyển giùm em bó hoa này đến Wendy, học tiết kế tiếp đó thầy. Cảm ơn thầy nhiều." Tôi còn đang lúng túng với miếng bánh mì trong miệng, chưa kịp phản ứng thì em đó đã vội quay người đi và biến nhanh khỏi cửa. Đến tiết học sau, ngay khi em Wendy bước vào lớp, tôi vui vẻ gọi em lên lấy hoa về. Tôi chưa kịp nói đùa thêm một vài câu theo thông lệ thì em đã đi nhanh tới bàn, mặt tỏ vẻ khó chịu, hậm hực, tay vơ vội lấy bó hoa trên bàn và ném thẳng vào thùng rác kế bên bàn rồi đi về chỗ ngồi, chẳng thèm nói một lời cám ơn thầy. Tôi đứng chết trân, vừa ngỡ ngàng vừa tê tái trước thái độ kiêu kỳ của em nữ sinh này. Cả lớp học bỗng nhiên im phăng phắc. Đám mây

sầu từ đâu tuôn đến, trổ bông đầy tiết học.

22. KHÔNG GIỐNG AI

1

Mỗi năm dạy học mới tôi đều có dịp gặp một vài em có cá tính độc đáo. Năm nay cũng không ngoại lệ. Trước hết phải nói đến Jimmy. Em này ăn nói rất lễ phép, tính tình cởi mở với bạn bè trong lớp. Giọng miền nam đặc của em chan chứa một thứ tình cảm nồng nàn, ấm áp của người dân quê mộc mạc. Nó có sức quyến rũ mạnh như một thứ âm nhạc êm tai khiến người nghe có cảm tình ngay với em. Em Jimmy chỉ phải cái tật là mỗi ngày đi tuần trong lớp ít nhất một lần. Ngày nào cũng vậy, hễ vào lớp ngồi chừng mười lăm phút là em tự nhiên đứng lên, rời khỏi ghế rồi bắt đầu đi một vòng quanh lớp. Khi đi ngang qua cái cửa sổ duy nhất của lớp thì em dừng lại, đứng ngó ra ngoài trời, ngẫm nghĩ gì đó, thỉnh thoảng lấy tay trỏ day mũi qua lại một vài lần hay giơ tay lên vuốt mái tóc gợn sóng, rồi đi tiếp tới thùng rác kế bên cửa ra vào, hơi cúi đầu xuống nhìn vào trong xem có ai làm rớt cái gì đặc biệt không, sau đó mới chịu quay về chỗ ngồi của mình và tiếp tục làm bài hay nghe thầy giảng hoặc đóng góp ý kiến với bạn bên cạnh, cơ hồ như không có chuyện gì xảy ra. Cả lớp ban đầu lấy làm ngạc nhiên trước hành vi lạ lùng của Jimmy, ngưng hết mọi chuyện đang làm, ai nấy im ắng chăm chú theo dõi say mê những động tác bất thường của Jimmy như đang coi một cuốn phim ma cho đến phút chót mới hoàn hồn. Chừng một tháng sau thì cả lớp đều nắm thuộc lòng từng cử chỉ quen thuộc và vô hại này của Jimmy và có em nhiều khi còn lên tiếng nhắc tuồng nữa: "Thầy, tới giờ Jimmy nó đi tuần rồi kìa." Thế là lớp có dịp cười ồ lên thoải mái, cả thầy lẫn trò.

2

Kế tới là em Liên, con thứ ba trong gia đình, dáng người nhỏ nhắn nhất lớp nên bạn bè trong lớp đặt cho tên mới là Út ba. Em Út có nước da mịn màng, trắng muốt nhưng tội cái là mặt đầy tàn nhang. Cặp mắt tinh anh, nụ cười tươi tắn, giọng nói miền trung của em thật êm tai, đôi lúc nói nhanh cả lớp không nghe ra. Em học rất giỏi nhưng có điều hễ vào lớp chừng hai mươi phút sau là dơ tay xin phép đi vệ sinh. Ban đầu tôi không để ý và nhất là đối với các em gái tôi ít khi thắc mắc, nhưng chuyện này cứ tiếp diễn mỗi ngày nên một hôm tôi đành phải hỏi em xem có vấn đề gì không. Em cho biết ba má dặn phải uống nước thật nhiều mỗi ngày cho cơ thể giải độc hữu hiệu và như thế sức khoẻ mới tốt vì vậy em cứ mắc tiểu hoài. Em vừa trả lời vừa cầm dơ lên cao cái bình nước lọc hai lít để chứng minh cho tôi tin. Tôi không những tin mà còn thất kinh nữa.

3

Em học sinh thứ ba mà tôi không thể nào không nhắc đến được là em Hân. Em này học giỏi nhất lớp, luôn luôn năng động và hay giúp đỡ thầy cô và bạn trong lớp. Thân hình em thon gọn, nếu không nói là hơi gầy và gương mặt trái xoan trắng lạnh với cặp mắt ti hí lanh lợi một cách tinh quái và đôi môi mỏng dính trên cái miệng dẻo quẹo khiến người ta xếp ngay vào họ quậy. Em Hân là trung tâm phát thanh miễn phí đủ thứ tin tức nóng bỏng trong lớp trong trường. Nào là tin học sinh đánh nhau, tin xe cán chó, tin án mạng của những tay sát thủ đầu mưng mủ, tin hàng hiệu "on sale" cuối tuần. Nào là tin thầy cô nghỉ bất ngờ, tin phim hài trên mạng, tin khí tượng, tin đề thi bật mí, tin bướm hoa, v.v. Bạn bè trong lớp đặt cho em một cái tên hợp gu nên em chịu liền: "bà Tám đài phát thanh Quê Hương."

4

Cái tật của bà tám Hân là hàng ngày nói chuyện luôn miệng từ lúc vào học cho đến khi ra lớp. Khi thì phát biểu những nhận xét của em về thầy như thế này: "Ê tụi bay, hôm nay thầy mặc áo mới nè. Bữa nay thầy mới cắt tóc, trông phong độ ghê. Sao thầy cứ mặc cái quần đó hoài vậy? Nó xấu lắm, đổi quần khác xì-tin hơn đi thầy. Chà hôm nay trông thầy trẻ ra cả chục tuổi....” Khi thì em tự khai chuyện gia đình, tâm sự cho cả lớp nghe trong lúc đang làm bài. Tôi nhiều khi cũng nhức đầu về cái đài phát thanh nên ra lệnh cho em tắt máy để yên lặng mà làm bài. Ai dè đâu em dựa vào đó, tự nhận mình có lỗi rồi kể thêm chuyện em và má đi khám bệnh tuần trước. Ông bác sĩ trong phòng mạch thấy em nói nhức đầu quá bèn đuổi ra ngoài luôn. Em vừa kể vừa lấy làm khoái chí vừa cong môi tự đắc về thành tích vô địch của mình. Cả lớp phá lên cười một mẻ. Tôi cũng không sao nín được.

5

Có hôm không hiểu sao cả lớp im lặng làm bài, tuyệt nhiên không ai nói một lời nào. Tôi đang thầm cám ơn Trời Phật thì đột nhiên bà tám bật máy lên tiếng than: “Trời ơi, sao bữa nay lớp yên lặng quá chừng. Không ai nói gì hết trơn vậy. Buồn chết người. Lớp không vui gì hết. Chán chết được. Thầy em lên lau bảng được không?” Thế là cả lớp như bừng tỉnh cơn mê đời, bắt đầu ồn lên trở lại, đứa thì hỏi bài, đứa thì giảng bài cho bạn, đứa thì nói chuyện con gà con kê ngoài đề.

6

Em học sinh thứ tư tên Lúa với gương mặt phúc hậu, giọng nói chân phương, tính tình chân chỉ hạt bột, hai bàn tay búp măng mềm mại, có khiếu vẽ và sau này muốn theo nghề vẽ kiểu thời trang phụ nữ. Một hôm vào lúc sắp hết giờ thứ nhất, em đi lên gặp tôi, tay ôm một con búp bê em bé với quần áo rất xinh xắn và đặt ngay lên bàn thầy rồi miệng nói: "Nhờ thầy trông giùm em đứa con bé bỏng này. Đến giớ ăn trưa em sẽ lại đón nó." Tôi không thấy gì trở ngại bèn cầm lấy con búp bê bỏ vào ngăn tủ hồ sơ nằm ở ngay phía sau. Lúc đó em vừa về đến chỗ ngồi, chuẩn bị ngồi xuống thì quay lại trông thấy tôi đang một tay nắm con búp bê còn tay kia đang mở ngăn kéo tủ ra để bỏ vào, em vội vàng chạy trở lên lại chỗ bàn tôi, miệng la thôi là la: "Trời ơi thầy, nó là đứa con đầu lòng của em, thầy nắm nó như thế thì nó gẫy cổ mất, lại còn bỏ nó vô tủ kín bưng thế kia thì nó thở sao nổi. Thầy phải đặt nó nằm trên bàn, trước mặt thầy như vầy nè để thầy còn trông chừng nó nữa chứ. Hôm nay nó sổ mũi, ấm đầu. Em vừa cho nó uống thuốc và sữa xong, chừng hai tiếng nữa thầy nhớ cho nó uống thêm lần nữa nghe, kẻo nó đói và bệnh nặng ra, tội nghiệp nó. Thầy nhớ phải dùng hai tay bế nó lên và ôm nó vào lòng như thế này nè khi cho nó uống." Tôi chợt hiểu ra em này đang học môn dạy cách thức làm mẹ tương lai, ân hận là không hỏi kỹ nên bây giờ mới dở khóc dở cười. Một vài em nữ sinh phía cuối lớp chứng kiến cảnh vô tình mắc nạn của tôi, tủm tỉm cười với nhau.

7

Cuối cùng là em Khoai, em trai ruột của em Lúa vừa nói ở trên, tính tình chất phác như chị, mặt đầy mụn trứng cá thâm đen từng chỗ, tuy ít nói trong lớp nhưng lại hay kể chuyện vui xảy ra trong xóm với đám bạn thích nói đùa vào giờ ăn trưa trong lớp tôi. Chuyện vui của đám học trò này thì nhiều vô kể và thuộc đủ mọi đề tài, mọi thành phần xã hội. Tôi ngồi nghe riết cũng ghiền luôn. Hôm nào tụi nó không đến, tôi ăn cũng không vô. Tôi tiếc mình không chịu ghi lại nên bây giờ chỉ còn nhớ mỗi một chuyện em kể về hai gia đình sát bên nhà em ở Việt Nam, một nằm phía bên phải và một đằng sau cách một ngõ hẹp trong một xóm lao động nghèo. Gia đình phía bên phải là một gia đình gốc nông dân, chạy loạn vào thành kiếm sống. Hai vợ chồng còn trẻ lại mắn con, sinh ra một lô toàn con trai, không có con gái nên đặt cho chúng mỗi một cái tên Cu quen thuộc dễ thương của miền quê. Mỗi chiều vào khoảng năm giờ rưỡi, sau khi ông chồng vừa về tới nhà là cả xóm nghe tiếng bà vợ kêu réo om xòm lũ con đang nghịch ngoài đường: "Cu nhớn, Cu to, Cu bé, Cu nhỏ, Cu tí, Cu teo, Cu nhí đâu, tụi bay mau về tắm rửa rồi ăn cơm. Ba đang chờ." Cả xóm không ai bảo ai đều bật cười. Sau đó không lâu lại một điệp khúc khác vang lên từ phía căn nhà đằng sau của bà Sáu Xâu: "Mấy đứa Hổ, Báo,Cọp, Beo, Gấu, và con Két đâu về ăn cơm mau. Sắp tối rồi." Két là đứa con gái duy nhất của bà, gương mặt trông giống con két lắm: cặp mắt nhỏ, tròn, nửa chì nửa than, mũi thì đỏ hon hỏn như trái cà chua nhỏ, miệng tru ra như mỏ chim, còn tóc thì chỉ lưa thưa vài ba cọng ở phía trước trán.

8

Tôi nhiều lúc ở nhà, nghĩ vơ vẩn tới những bông hoa trái tính trái nết này mà phì cười một mình. Bà xã tôi, cũng già rồi, thấy vậy ngạc nhiên hỏi lại: "Anh cười gì thế? Chắc bộ gặp cô nương trẻ đẹp nào hớp hồn rồi, phải không? Không biết ai có phước thế. Tôi đang mong có người đến rước cái của nợ vừa già, vừa xấu xí, vừa khó chiều này đi cho rảnh nợ." Tôi ngồi im lặng, mơ màng, không lên tiếng, sợ sẽ làm bay mất đi những giây phút hạnh phúc nhất của một đời dạy học. Tôi ngồi ở đây mà hồn đã lướt theo mây gió xa khơi về tận những năm tháng trước.

23. KINH DOANH

1

Trong những năm tôi dạy trung học, tôi đã gặp một vài em học sinh thông minh, lanh lợi một cách đặc biệt. Em nào cũng mặt sáng sủa, da trắng trẻo, đầu óc thực tế, tính tình sốt sắng, hay giúp thầy giúp bạn. Không những học khá mà mấy em này còn biết cách kiếm tiền tiêu vặt ngay từ lúc đi học.

2

Có em xin làm ở nhà bếp của trường, phụ trách việc bán đồ ăn vào giờ ăn trưa cho học sinh. Có em tự làm lấy ở nhà những món ăn khô rất hợp khẩu vị của học sinh rồi hàng ngày đem vào bán các bạn trong lớp học của mình. Có em hiền lành hơn nữa thì mua sỉ bán lẻ nho nhỏ kiếm lời. Mùa nào thứ nấy, bán bánh kẹo mỗi ngày và vào dịp lễ Halloween, thiệp chúc mừng vào mùa lễ Tình Yêu và mùa Giáng Sinh, vật lưu niệm xinh xinh vào những ngày lễ khác, v.v. Còn em nào có xe thì sau buổi học đi làm ở các thương xá hay chợ trời trong phố.

3

Năm nay vào giữa học kỳ hai, một em nam sinh lớp 12 được chuyển vào lớp tôi. Em này sinh ra và lớn lên ở Việt Nam nên nói tiếng Việt thông thạo, nhưng lối nói chuyện của em giống như dân làm ăn ngoài đời. Em thường nghỉ học, có khi cả tuần không vào lớp. Mà có vào lớp thì cũng chẳng thích học. Em coi việc học trong trường như một cực hình chán ngấy. Một hôm tôi hỏi lý do thì em tâm sự như thế này: Thầy biết không, em đâu cần phải đi làm sau buổi học như mấy tụi bạn mà vẫn có tiền trong túi xài đều đều. Sáng sáng có người bao đi uống cà phê, rủ đánh bi-da. Có khi đi đánh bài ở Reno, đi chơi xa vui lắm, nhiều khi cả tuần em không về nhà là vậy. Thỉnh thoảng em với bạn đi thu mua các loại máy điện thoại di động ở các cửa tiệm trong vùng rồi bỏ mối cho người ta bán sang các nước khác. Lời ghê lắm thầy à. Mỗi chuyến đi chừng vài tiếng đồng hồ mà cũng kiếm được vài ngàn đô ngon lành, đâu phải làm ngày bốn tiếng, tám tiếng như mấy tụi bạn chi cho cực thân, mệt xác.

4

Tôi thấy mấy em thông minh hơn tôi nhiều, hiểu đời và nhạy bén với thực tế; ngay từ trung học mà đã biết cách làm ra tiền nhẹ nhàng. Tự mình biết tìm cho mình một con đường sống, tự do, thoải mái, không cần ai chỉ bảo. Tôi nghĩ mấy em này bỏ đâu cũng sẽ chẳng bao giờ đói rách. Các cụ ngày xưa vẫn thường nói phi thương bất phú, quả không sai.

5

Còn em nào vừa có đầu óc táo bạo, liều lĩnh lại vừa muốn kiếm tiền nhiều, dám làm ăn lớn thì buôn thuốc cấm. Có lần vào đầu tiết học ngay sau giờ ăn trưa, tôi thấy một em nam sinh, nét mặt có vẻ sành đời, óc thích những chuyện phiêu lưu mạo hiểm như mấy tài tử điện ảnh đóng phim hành động, cơ bắp cuồn cuộn và thật nhiều kích tố nam, móc một cọc tiền trong túi ra, vừa đếm vừa cười rồi tay cầm lên vẫy múa khoe với thầy và bạn, vẻ mặt thật đắc ý; có lẽ hôm ấy trúng mánh lớn, vô độ nhiều. Tôi nói đùa: "Chà! em làm gì mà có nhiều tiền như vậy? Giàu hơn thầy nhiều." Em ấy hãnh diện khoe là nhờ biết kinh doanh. Tôi khuyên em nên lo học hành cho giỏi đi, sau này có việc làm tốt thì tiền không thiếu đâu. Nhưng em không nghe lời, có lẽ tiền nhiều quá nên tối mắt. Một thời gian sau không thấy em tới lớp nữa. Hồ sơ nhà trường ghi là em bị đuổi học và chờ ra toà. Còn tôi, lòng buồn vời vợi vì biết mà không ngăn ngừa được. Từ đó cho đến cuối năm học tôi không gặp em nữa. Không biết sau này khôn lớn rồi, em có còn *"ngựa quen đường cũ"* hay không? Ba năm sau đài truyền hình địa phương loan tin em bị bắt giam vì có liên quan đến một vụ ẩu đả làm thiệt mạng một người bạn trong buổi liên hoan ăn mừng lễ Tạ Ơn. Ngựa vẫn phi đường cũ! Tối hôm đó tôi lại mất ngủ. Trong trí, những ý tưởng rối bời, những thắc mắc nan giải về sự chọn lựa đúng sai trong đời sống thi nhau quay cuồng như lốc xoáy.

24. LÒNG MẸ

1

Chúng tôi được thuỷ thủ đoàn của một tàu khoan dầu vớt và đưa lên mũi tàu, phía trước boong, nơi có lỗ hổng thật to để thả sợi dây xích sắt khổng lồ của mỏ neo tàu xuống phía dưới đáy biển. Ngay sau đó, chúng tôi được tắm rửa thoải mái và một nhà vệ sinh dã chiến đã được dựng lên quanh lỗ hổng trên sàn tàu chỗ có dây xích của mỏ neo. Những người đi cả gia đình thì họ có quần áo khô thay đổi. Còn tôi và một ít thanh niên độc thân đi một mình đành chịu trận mặc nguyên quần áo ướt và run cầm cập cho đến khi khô. Một lúc sau, chúng tôi sắp hàng một đi vào nhà bếp của tàu để lĩnh mỗi người một quả trứng luộc ăn đỡ dạ.

2

Rồi tiếp theo đó chúng tôi được sắp xếp chỗ nghỉ tạm trên boong tàu trên. Tôi nằm gần một bà cụ già, có lẽ trên 65, tóc bạc trắng xoá, mặc áo len dài tay màu nâu sậm. Cạnh bà là anh con trai duy nhất bị mất trí vì té xe gắn máy trên đường. Bà cụ rơm rớm nước mắt tâm sự với tôi: "Cậu à, tôi già rồi, đâu muốn đi vượt biên làm gì cho khổ thân. Chỉ vì nó thôi, tay bà chỉ vào cậu con trai đang nằm ngủ ngon lành bên cạnh. Vợ con nó đã đi thoát, hiện giờ đang ở Mỹ. Nó quyết định ở lại thu xếp mọi thứ rồi đi chuyến sau. Ai ngờ nó bị đụng xe gắn máy, té đập đầu xuống đường bất tỉnh nhân sự. Nó được đưa vào nhà thương kịp thời nên mới sống sót song trí nhớ không còn nữa. Vì nó quên hết mọi chuyện trong quá khứ nên tôi phải dẫn nó đi để đoàn tụ với vợ con nó bên đó, chứ ở bên này thì tôi chết rồi thì ai lo cho nó đây."

3

Nói chuyện với bà một chút xíu thì tôi cũng ngủ thiếp đi vì mệt quá. Đến gần sáng gió biển lạnh buốt cắt vào da làm tôi thức giấc thì mới hay tấm áo mưa tôi đắp trên người không còn nữa. Nhìn sang bên cạnh thì thấy anh bạn con một mất trí của bà cụ đang cuộn tròn trong chiếc áo mưa ấy. Tôi không nỡ lấy lại nên đành bấm bụng chịu cái lạnh khốn khổ suốt đêm cho tới sáng. Có lúc mê sảng vì lạnh tôi chỉ mong vớ được bất cứ cái gì ấm áp dù một chút thôi mà không được, chỉ toàn sắt buốt và gió lạnh. Mỗi lần cơn gió biển thổi qua tôi cứ ngất ngư lịm đi một chốc. Bạn đọc chưa ở vào hoàn cảnh này hay đang nằm trong chăn ấm đệm êm thì chưa thực sự hiểu được cái mức lạnh đông não ở ngoài biển khơi như thế nào.

4

Sau này khi vào trại tạm cư trên đảo Pulau Bidong bà cụ vẫn nhớ chuyện cũ trên tàu nên nhiều lần cứ nấu thêm thức ăn ngon và gọi tôi đến ăn. Rồi sau đó chúng tôi chuyển trại sang trại Bataan ở Phi để học Anh ngữ và chuẩn bị đời sống mới. Cuối cùng, tôi và bà cùng rời trại đi Mỹ định cư, tình cờ về cùng tiểu bang Virginia. Thỉnh thoảng khi có việc đi ngang qua khu chung cư của bà, tôi có ghé thăm. Anh con trai của cụ vẫn chưa khỏi bệnh. Một hôm không hiểu sao bà cụ dặn tôi thứ bảy tới nhớ ghé đến chơi để bà sẽ đưa tôi đến nhà cô con gái lớn nhất của bà ở thành phố gần đó và làm mai cháu ngoại bà cho tôi. Tôi bận việc và cũng không để ý chuyện này lắm nên quên bẵng không đến.

5

Mấy tháng sau tôi lại chơi thì mới hay bà cụ đã mất rồi. Ngồi nói chuyện một lát với ông con rể thứ hai mà bà cụ vẫn ở chung từ ngày vào Mỹ. Ông ta than thở với tôi là bà cụ sao không ở Việt Nam cho sướng mà lại qua Mỹ rồi than khổ vì cả ngày cứ quanh quẩn trong phòng. Con cái thì bận đi làm, hàng xóm người Việt để trò chuyện thì không có và để rồi một năm sau thì qua đời. Vợ chồng ông đâm mắc nợ về khoản chi phí chôn cất. Tôi ngồi im lặng, lòng buồn khôn tả. Luật đời là thế; ai từ xưa đến nay sống mãi không chết. Nước chỉ chảy xuôi dòng chứ có bao giờ chảy ngược đâu. Đó cũng là lẽ tự nhiên. Vui hay buồn, khổ đau hay sung sướng cũng chỉ được một lúc rồi biến đi mất trong hư ảo vô thường.

25. MÓN CANH CHUA MẺ

1

Ở Việt Nam, thầy cô giáo chỉ được nghỉ dạy có mỗi ngày chủ nhật. Mỗi buổi học sáng thường chấm dứt vào lúc 12 giờ rưỡi trưa. Tôi vừa bước ra khỏi cổng trường vào một hôm thứ bảy thì như thường lệ đã thấy một vị phụ huynh đại diện cho nhóm phụ huynh trong xóm của ông và có con em học với tôi, đang ngồi trên xe gắn máy đợi trước cổng trường, vẫy tay gọi tôi ơi ới để chở tôi về trang trại để ăn uống vui vẻ với gia đình họ mỗi chiều thứ bảy. Mấy ông phụ huynh này sống trong cùng một xóm và hợp tính nhau nên cứ mỗi thứ bảy luân phiên tổ chức ăn nhậu thân mật. Trại nào cũng có vườn cây ăn trái, đầm nuôi cá, ao rau muống, sân nuôi gà vịt. Mỗi tuần tôi mong chóng đến ngày thứ bảy một phần cũng vì lý do này.

2

Một tối mấy em học sinh đem ra bàn một món canh đặc biệt và đố tôi đó là món gì. Tô canh nóng bốc khói này có nhiều màu sắc trông đẹp mắt vô cùng. Nào là nước dùng màu trắng sữa, những miếng rau om, hành lá xanh thẫm xắt nhỏ. Nào là những múi cà chua đỏ tươi, những lát đậu bắp, bạc hà bầu dục xanh nhạt, những miếng khóm tam giác vàng rói. Điểm thêm vào đó, những khoanh ớt đỏ đậm tròn trịa, nho nhỏ, rải rác trên mặt nước canh và những khúc cá bông lau trắng muốt nổi lên thấp thoáng trong đám rau tươi. Tô canh trông y như một bức tranh muôn sắc màu của một hoạ sĩ thuộc phái ấn tượng. Ước gì lúc đó có sẵn máy ảnh trong tay hay có hoa tay như mấy em học sinh để vẽ lưu niệm cái bát canh chua mẻ nóng bỏng tình người và đượm phong thái văn hoá Việt này. Đối với tôi, cuộc sống hạnh phúc không thể

thiếu thức ăn ngon.

26. MÓN CƠM CHÁY

1

Trong tù cải tạo tôi có dịp nằm cạnh một thầy tu trẻ mà cả trại gọi là thầy Tư. Thoạt đầu thầy làm tôi sợ vì thỉnh thoảng cứ nắm lấy cánh tay tôi mân mê y như mẹ với con nhưng sau một thời gian tôi hiểu rõ hoàn cảnh mồ côi của thầy, thiếu thốn tình thương bố mẹ từ nhỏ và sống sót được nhờ sự từ bi của cửa Phật nên tôi có phần thương cảm hơn là sợ như trước. Tôi thấy cả trại thích thầy có lẽ vì dáng điệu, cử chỉ và lời nói của thầy y như con gái đã mang lại cho trại một chút hoa tươi mơ màng sau những giờ lao động nhọc nhằn trong cái trại tù chỉ toàn bùn tanh và đất hôi. Thầy Tư có gương mặt hiền hoà, phảng phất nét thoát tục, dáng người cao gầy, mảnh mai ẻo lả như tiên nữ trong chiếc áo nâu nên được xếp vào khâu nhà bếp. Mỗi sáng thầy có nhiệm vụ chia cơm cháy cho các đội lao động nặng trước khi họ chạy ra đồng làm ruộng.

2

Tôi không thuộc tổ lao động nặng nhưng thầy Tư lúc nào cũng giấu và giúi cho tôi một miếng cơm cháy vàng tươi, lại trét thêm một ít hành phi trên mặt. Trên nương khóm ăn miếng cơm cháy của thầy vừa giòn vừa thơm ngon không thể tả nổi. Có lẽ ở tù thiếu thốn nên miếng cơm cháy chỉ to bằng bàn tay sao mà thơm ngon quyến rũ đến thế. Hay là cơm cháy phải nấu bằng chảo gang to và đốt củi lửa lớn thì mới ngon được như vậy. Tôi không biết nữa. Sau khi ra tù, tôi sáng nào cũng ra quán cóc bán cơm tấm ở đầu ngõ để mua một miếng cơm cháy hành phi nhưng hương vị và chất lượng thua xa sản phẩm của Thầy Tư.

3

Hai năm sau đó mẹ tôi cho biết thầy Tư đã được trả tự do, có đến nhà tìm tôi như đã hẹn trong tù thì trễ rồi, tôi đã vượt biên đi thoát. Rất tiếc không gặp lại người bạn tù đồng tính với món cơm cháy vàng trét hành mỡ hết sảy này. Từ đó đến nay tôi vĩnh viễn không tìm lại được cả người lẫn vật. Hạnh phúc trong đời ngắn ngủi, mong manh làm sao!

27. MỘT MẮT HAY ĐÙA

1

Ly là một anh bạn đồng nghiệp trong trường, khoá đàn anh, dạy môn vật lý. Anh lấy làm hãnh diện về ngoại hình tốt tướng của mình. Vóc dáng cao lớn, cân đối, vạm vỡ với cơ bắp ngực và cánh tay căng phồng trong áo sơ mi. Con mắt trái tuy bị hư nhưng trông dễ coi nên không cần che lại. Học trò có hỏi anh về vụ hư mắt thì anh trả lời là do hậu quả của một tai nạn khi làm thí nghiệm lý hoá hồi còn học đại học. Một tật mà anh thường tự hào là uống rượu như hũ chìm, có thể uống suốt đêm mà không say.

2

Lúc tôi mới về dạy ở trường, chân ướt chân ráo ở tạm khách sạn trong phố, còn đang dọ hỏi kiếm chỗ thuê thì may sao ngồi cạnh anh ta trong buổi họp hội đồng toàn trường đầu năm. Anh ta liền kêu tôi về ở chung cho vui và sau buổi họp dắt tôi về nhà ngay sát bên hông trường. Tôi thấy thật tiện lợi mọi bề nên vui vẻ nhận lời. Anh bạn tôi có thói quen dậy sớm, tay cầm tờ báo hay cuốn tạp chí vào phòng vệ sinh rồi ở lì trong đó cả tiếng đồng hồ, phải kêu mãi anh mới mở cửa đi ra. Tôi và hai anh bạn khác ở chung nhà thật khổ về vụ này vì phàn nàn hoài mà anh ấy vẫn chứng nào tật nấy, chỉ cười trừ cho qua chuyện. Còn tính kiếm chỗ khác sát trường như thế này thì kiếm không ra nên tạm thời đành chịu đựng vậy. Tôi và hai bạn khác chung nhà không ai bảo ai tự quyết tâm dậy thật sớm trước anh ta để không bị kẹt cầu và trễ giờ đi dạy.

3

Chúng tôi đều dạy buổi sáng nên chiều rảnh rang, người thì ngồi soạn bài, chấm bài, người thì vào trường chơi bóng chuyền, bóng rổ với các đồng nghiệp hay với đám học sinh.

Cuộc sống thanh thản êm đềm, đều đặn như đồng hồ vậy.

Riêng anh ta thì chiều nào cũng tiếp đám nữ sinh của mình, nói chuyện, cười đùa vui vẻ trong vườn xoài mát mẻ sau nhà.

4

Thỉnh thoảng vào đầu năm học tôi lại nghe tụi học trò đồn ầm lên là hè rồi lại có em nữ sinh nào đó đã nhảy cầu tự tử vì thầy. Tôi thì nghĩ có lẽ tình cảm sâu đậm này nảy nở vì những câu nói đùa qua lại giữa thầy và trò, còn anh ta thì cứ tỉnh bơ như không, cho là tin đồn nhảm. Sau giải phóng anh ta còn nhậu nhẹt dữ hơn nữa và cuối cùng qua đời lúc 40 tuổi vì chứng sơ gan. Phải chăng có tật giật mình? Bà con quanh trường ai cũng bảo nhau: "*Gieo gió gặt bão.*" Còn tôi thì chỉ xin lặp lại hai câu thơ trong truyện Kiều của Nguyễn Du:

Thiện căn ở tại lòng ta,
Tu là cõi phúc, tình là dây oan.

28. NGƯỜI BẠN GIÀ

1

Sau khi nhận chân phụ giáo tại một học khu miền trung Mỹ, tôi được nhân viên phòng nhân sự giới thiệu một nơi tôi có thể thuê phòng dễ dàng và rẻ nữa. Đó là một nhà trọ nhỏ ba sao, chỉ có 5 phòng và nằm ở ngoại ô. Tôi đi dạy tuy hơi xa nhưng nhà trọ lại gần một khu thương xá sầm uất, rất tiện cho đời sống độc thân của tôi vì mọi thứ cần tôi đều có thể chạy vài phút xe ra mua được ngay. Ông chủ nhà trọ tên Bá, là một giáo viên dạy toán tại trường trung học phổ thông duy nhất của thành phố. Nhà riêng của ông nằm đối diện bên kia đường. Ông Bá người bắc, hơn tôi đúng một con giáp, lấy bà vợ trẻ gốc Huế, kém ông đến hai con giáp. Hai vợ chồng có 5 người con, hai gái đầu lòng và ba con trai thứ. Hồi còn ở Việt

Nam, ông là thiếu tá hải quân chỉ huy giang đoàn tuần tiểu trên sông rạch miền tây. Gia đình ông di tản sang Mỹ trong đợt đầu tiên vào những ngày cuối cùng của chế độ cộng hoà.

2

Trước khi tôi dọn đến ở khách sạn cũng có một số anh em người Việt làm cho các hãng xưởng trong thành phố đến mướn nhưng không hiểu sao ông ta có cảm tình đặc biệt với tôi. Có lẽ tôi cũng là người bắc di tản hai lần như ông. Sau này thân hơn, ông mới cho biết là tôi đã đậu một bài trắc nghiệm vô hình của ông dành cho những dân đi ở mướn. Ông kể là những người ở thuê tại khách sạn thuộc đủ mọi thành phần của xã hội cũ từ giới lao động trí óc đến lao động chân tay, nào là bác sĩ, dược sĩ, hoạ sĩ, giáo sĩ, giáo viên cho đến nông dân, ngư phủ, đầu bếp, v.v. Ông thường hay la cà trò chuyện với họ mỗi khi rảnh để biết rõ thêm về những thành viên của khách sạn. Ông cho biết tiếp chỉ có tôi ông biết chắc chắn là giáo viên sinh học thật sự vì trong những mẩu chuyện trò hàng ngày tôi thỉnh thoảng cứ "méo mó nghề nghiệp" một chút. Tức là thường đụng chạm đến công việc dạy học của mình trong quá khứ còn những người khác thì chẳng hề đả động hay đề cập gì tới chuyên môn của họ cả. Đây cũng là bài học khôn ngoan đầu tiên ông chỉ điểm cho tôi cách tìm hiểu và kiểm nhận khéo léo về nghề nghiệp của người đối diện và hé mở cho tôi thấy cái thế giới suy nghĩ thực tiễn của những bộ óc giỏi, kinh nghiệm đời hơn mình.

3

Vài tháng sau tình thân nảy nở thêm lên, một hôm ông cho biết ông hiện là giáo viên toán và ngỏ ý muốn giúp tôi trở lại nghề dạy học. Ông cung cấp cho tôi danh sách tên và điện thoại của một số bạn ông quen để tôi liên lạc hỏi về nơi thẩm định văn bằng dạy học của Việt Nam và những thủ tục xin cấp chứng chỉ hành nghề dạy học của tiểu bang. Sau một năm rưỡi tôi hoàn tất mọi đòi hỏi về khả năng Anh ngữ cũng như tín chỉ của vài môn còn thiếu và trở thành người giáo Việt thứ hai dạy sinh học chính thức của trường ông đang dạy. Ông quả là một người bạn tốt tôi may mắn gặp, thể hiện đúng ý nghĩa của câu tục ngữ Anh: *"Cho bạn cá không bằng dạy bạn câu."*

4

Mùa đông lại tới nữa rồi. Một hôm có bão tuyết lớn, trời lạnh quá nên chiếc xe cũ rích của tôi không nổ máy. Tôi lay hoay chữa mãi mà vẫn không được, chưa biết đi làm bằng cách nào thì thấy ông đi bộ băng qua đường, đưa cho tôi cái chìa khóa xe của ông và bảo tôi: "Anh Chí, anh cứ lấy xe tôi mà đi. Tôi đi xe của bà xã. Không có gì phiền đâu." Thế là tôi đi xe của ông suốt một tháng mà ông không hề nhắc nhở hay đả động gì hết đến chuyện xe cộ. Lúc đó tôi thực sự không biết là ở Mỹ người ta kị cho người ngoài mượn xe đi như thế, dù chỉ trong chốc lát. Như vậy đủ hiểu ông đã coi tôi như người thân trong gia đình và tin tưởng tôi hết mức. Những tháng kế tiếp, thỉnh thoảng vào những ngày lễ hội lớn, vợ chồng ông gọi điện thoại mời tôi sang ăn cơm tối với gia đình ông. Ông bà cũng luôn luôn xếp tôi ngồi đối diện với Lan, cô con gái thứ nhì mà lúc đó đang học dự bị y khoa nhi đồng năm thứ ba tại một trường đại học lớn, có tiếng tăm nhưng cách xa vài trăm dặm về phía bắc của tiểu bang. Cô Lan sinh ở Mỹ nên nói tiếng Anh rất lưu loát, đúng giọng Mỹ chứ không sặc mùi Á châu như tôi. Rồi những năm sau đó, mỗi khi có dịp đi ăn uống hay vui chơi ở đâu thì ông bà cũng đều rủ tôi theo.

5

Một tối thứ bảy cuối hè, sau khi ăn xong ông bà kêu cô con gái và tôi ra phòng khách vừa ngồi xem phim ca vũ nhạc kịch Việt chung với cả gia đình vừa ăn tráng miệng món kem ba màu do chính tay hai cô con gái của ông bà làm. Chừng một lát sau, ông bà và các cô cậu khác tự ý rút lui vào phòng riêng, chỉ còn lại có cô ta và tôi ngồi nói chuyện bâng quơ trong phòng khách. Chúng tôi nói chuyện học hành, dạy học một lúc thì ông bạn đồng nghiệp xuất hiện, mặt vui vẻ tựa như mỉm cười, nói với tôi:

- Anh Chí à, bà nhà tôi nói tối nay có buổi trình diễn văn nghệ hải ngoại rất hay. Em nó cũng thích ca nhạc lắm. Anh có tính đi thì cho em nó đi theo với.

Tôi lúc đó tuy không thông minh cho lắm về ngôn ngữ giao tiếp xã hội nhưng cũng hiểu lờ mờ là ông bà đã bật đèn xanh cho rồi. Song tôi vốn không ưa những màn múa ca văn nghệ văn gừng và còn đang phân vân chưa biết phản ứng như thế nào thì một tia sáng lóe lên trong óc. Hay là nhân dịp thuận tiện này ta ướm thử lòng Lan. Tôi bèn vội lấy cớ phải chấm và soạn bài cho tuần tới để từ chối khéo. Ngay lập tức tôi chợt thấy đôi mắt mở to đầy ngạc nhiên và cái lắc đầu nhẹ, buồn buồn của ông bố. Tôi liếc nhanh về phía Lan, không thấy một phản ứng nào hết, từ ánh mắt, gương mặt hay lời nói. Đau lòng quá đi thôi. Đêm hôm đó tôi nằm trên giường, tay đấm đầu, miệng rủa thầm mình ngốc ơi là ngốc và lòng thì thất vọng não nề. Ông bạn già bên kia đường có lẽ cũng than thở nho nhỏ với bà vợ là thằng Chí này "chân chỉ hạt bột" ngoài sức tưởng tượng của ông.

6

Mấy tuần sau trong một buổi ăn tối vui vẻ trước khi cô con gái ông bà lên đường trở lại đại học, bà vợ bỗng dưng kể chuyện nửa đùa nửa thật về mối tình đầu của hai ông bà rồi nói hơi lớn tiếng như có vẻ trách móc tôi và an ủi cô con gái của bà: "Như con thấy đấy, mối tình đầu có mấy ai được trọn vẹn đâu con." Còn tôi ngồi im lặng, lòng buồn vời vợi vì lỡ làm thất vọng một người bạn thân tốt bụng nhất đời. Ông có biết đâu cô con gái cưng của ông đã làm hỏng bài trắc nghiệm của tôi. Đối với tôi, Lan chỉ là người em gái xinh xắn, dịu dàng, dễ mến và nghiêm chỉnh. Tuy nhiên, cô thực sự chưa biết mình thích gì, muốn gì, và làm gì để đạt được ý nguyện. Còn tôi thì chỉ muốn tiến tới với người thực sự thích và chiều mình thật lòng. Cô không phải là mẫu người tình hợp ý thuận lòng chỉ vì bản tính nhút nhát và kín đáo. Tôi có lẽ cũng vậy. Sự bạo dạn và tình cảm bộc trực là hai yếu tố quan trọng tạo ra sự ấm áp, linh hoạt tự nhiên, gây sức hút đáng yêu và làm say đắm lòng người. Thiếu chúng thì tình cảm trai gái vắng đi chất men đùa và không dễ gì bốc lên lửa tình yêu được. Ấy là chưa nói đến sự khác biệt nghiêm trọng về tôn giáo.

7

Sáu tháng sau, khi nhận được thư của trường đại học chấp nhận vào chương trình tiến sĩ ở một thành phố diễm tình hơn cách xa năm giờ xe, tôi chia tay với gia đình ông và cho đến nay không có dịp gặp lại, nhưng dù tôi đi bất cứ phương trời nào, lòng tôi sẽ chẳng bao giờ quên được những giây phút hạnh phúc, ấm áp, thân tình bên gia đình ông. *They are true friends, indeed.*[1]

Chú thích:
   * *Tạm dịch: Họ thực sự là những người bạn đúng ý nghĩa.*

29. NỤ CƯỜI TINH ANH

1

Mấy năm dạy học gần đây tôi có cơ hội gặp một em nam sinh rất đặc biệt, tên là John. Em này bị bệnh tự kỷ (autism) từ nhỏ, không chịu nói với ai hết ngoại trừ thỉnh thoảng với bố mẹ em mặc dù cơ quan phát âm vẫn phát triển hoàn hảo. Để giúp em, tôi xếp cho em ngồi bên cạnh một nữ sinh tên Jennifer. Em này tình nguyện giúp đỡ và kèm John về các bài giảng trong lớp và các bài tập trong sách. John theo học với tôi ba năm liền với ba cấp lớp. Khi đến đầu năm lớp 12, tôi thỉnh thoảng bắt gặp em mỉm cười, mắt sáng lên một cách tinh anh trước những câu nói vui đùa giữa thầy và trò trong lớp. Rõ ràng là em thông minh, dư sức hiểu biết những lời bóng gió, đầy ẩn ý trao đổi qua lại trong phòng.

2

Rồi đầu học kỳ hai, có thêm một em nam sinh đến xin tôi chấp thuận cho ghi tên vào làm công việc phụ giáo. Tôi bèn nhờ em nam sinh này thay thế Jennifer kèm John vì Jennifer cần có thêm nhiều thì giờ hơn để làm bài cho những môn khó. Hai hôm sau vào giờ đổi lớp em John đến trao cho tôi một lá thư yêu cầu tôi cho em Jennifer trở lại giúp em như trước. Tôi có hỏi lý do thì em ra dấu bằng cách gật đầu khẳng định những câu hỏi có không của tôi, xác nhận em thích Jennifer vì bạn này giải thích dễ hiểu hơn. Tôi không rõ sự thật như thế nào nhưng cũng hơi ngờ là tình cảm có sự thay đổi lớn. Tôi lại một lần nữa cố gắng thuyết phục em Jennifer trở lại giúp John ở học kỳ cuối này.

3

Sau đó, vào khoảng hai tuần trước ngày dạ vũ (prom) của học sinh lớp 12 toàn trường, Jennifer vừa nói vừa tủm tỉm cười cho tôi biết là John đột nhiên lên tiếng mời em đi với

John dự buổi liên hoan dạ vũ truyền thống của văn hóa Mỹ. Em nữ sinh này từ chối vì đã có bồ rồi. Sau buổi liên hoan tôi nghe các em khác kể lại là tối hôm đó em John vẫn đi dự một mình, đứng xớ rớ bên cạnh bàn nước ngọt, lẻ loi, im lặng trông đến tội vì trong phòng ai cũng có bầu có bạn, nói cười vui vẻ. Những tuần cuối của năm học em John vẫn kiên nhẫn lên tiếng rủ cô bạn dạy kèm duyên dáng khi thì đi ăn chè, ăn kem, khi thì đi xem phim, đi chơi trong thương xá v.v. mặc dù lần nào cũng bị từ chối. Thế mới biết sức mạnh của tình yêu.

4

Còn riêng tôi trong cương vị thầy giáo, tôi cũng vui vui khi biết thêm một cách hữu hiệu giúp các em tự kỷ mau mở miệng nói chuyện nếu tôi có dịp gặp sau này.

30. NUÔI CON KIỂU MỸ

1

Ở xóm tôi có nhiều sắc dân sống chung với nhau, nào Mỹ, nào Việt, nào Tàu, nào Mễ, nhưng nói chung là dân Á châu chiếm đa số. Hai ông hàng xóm hai bên của tôi đều có con nhỏ, khoảng 4 tuổi; bên trái là dân Mỹ trắng có vợ Việt, bên phải là dân Việt gốc Bắc nhưng hai kiểu nuôi con khác hẳn nhau.

2

Ông Mỹ thì mỗi bữa ăn đặt con ngồi ghế cao ở bàn, bên cạnh mình, để nó tự xúc thức ăn lấy trên đĩa; nó làm đổ tung toé nhưng cứ để vậy, mặc nó tự lo lấy và không giúp xen vào. Còn ông Việt Nam thì cứ chiều nào, đi làm về là cầm bát cơm trên tay ,chạy đuổi theo đứa con cưng mà đút cho nó ăn. Ông than với tôi là không đút cho nó ăn thì nó lo chơi không chịu ăn gì hết, ông sợ nó gầy rồi bị bệnh. Một hôm vợ chồng tôi sang ăn tối thân mât với gia đình ông Mỹ. Đứa con nhỏ, miệng dính đầy sốt cà chua đỏ, ngồi ở bàn đang tự xúc spaghetti trên đĩa, một ít sợi spaghetti rơi lòng thòng bên ngoài đĩa, tôi lấy nỉa gạt giúp vào trong đĩa cho nó nhưng nó nhất định không chịu, cứ hất tay tôi ra và giành nói là nó làm được, không khiến tôi giúp.

3

Về nhà tối hôm đó, tôi thì khen món nui Ý với xí mại viên ngon tuyệt của bà hàng xóm trắng trẻo, còn bà nhà tôi cứ chế riễu kiểu thương con hay giúp của tôi và khen lấy khen để lối dạy cho con tính tự lập, không ỷ lại, ngay từ bé của vợ chồng hàng xóm Mỹ rất là hay.

4

Tôi chợt nhớ thêm về lối dạy con kiểu Mỹ này. Hồi tôi còn dạy học ở một tiểu bang miền trung Mỹ, tôi có dịp quen thân với hai gia đình đồng nghiệp Mỹ trắng. Cả hai nhà đều chỉ có mỗi mụn con độc nhất, học lớp 12 tại trường trung học tôi đang dạy. Trước tiên tôi xin kể về gia đình ông bà Brown. Bà là dân gốc Đức, dạy Đức ngữ còn ông chồng, người Scotland, làm sĩ quan trinh sát trong quân đội Mỹ. Cô con gái xinh xắn duy nhất của hai ông bà có mái tóc vàng óng ánh giống mẹ. Sau khi tốt nghiệp trung học xong, em ghi danh học tại trường đại học có tiếng của bang ngay trong thành phố. Một tối tôi đến chơi nhà ông bà, đang nói chuyện thì em đi vào, hai tay bê khệ nệ một giỏ quần áo lớn. Bà Brown cho biết em ở nội trú trong trường và cứ mỗi cuối tuần về nhà chơi và tiện thể đem quần áo dơ về nhà giặt luôn. Tôi hơi ngạc nhiên và hỏi bà sao không giữ em sống chung với ông bà cho đỡ tốn kém mà lại để cho em sống nội trú như vậy. Bà cho biết em nó lớn rồi, cần phải sống tự lập, chứ cứ sống ở nhà hoài thì sẽ có tính ỷ lại vào bố mẹ, biết bao giờ tự lo cho mình được. Còn ông thì cũng góp ý là giả sử ông bà có muốn giữ em lại cũng không được vì em lớn rồi, em muốn ra khỏi nhà để có cuộc sống tự do hơn, thoải mái hơn, nhất là về phương diện tình cảm trai gái riêng tư.

5

Còn về phần gia đình ông bà Moon, ông là dân gốc Pháp, làm bác sĩ gia đình ở nhà thương gần nhà; bà vợ gốc Hà Lan, ở nhà lo việc nội trợ trong nhà, không đi làm bên ngoài và cũng là một trong những phụ huynh học sinh siêng họp nhất của tôi. Ngay sau khi cậu con một quý tử của ông bà tốt nghiệp trung học, ông bà đã giục em lo đi kiếm việc làm ngay rồi dọn ra ở riêng. Ông bà thường nói với tôi là nhiệm vụ lo cho con của ông bà đến đây là hết, bây giờ là lúc em phải tự lo cho chính mình. Tôi hiểu ông bà nói như thế không có nghĩa ông bà không còn lo lắng, thương yêu em như trước mà trái lại thì đúng hơn, nhưng quan điểm này có phần trái ngược với lối suy nghĩ truyền thống của văn hoá Việt.

31. PHÒNG 115

1

Tuấn, 26 tuổi, quê ở Sa Đéc, đang là sinh viên y khoa năm thứ năm tại trường Đại Học Y Khoa Sài Gòn và vẫn còn độc thân. Bây giờ là đầu hè, anh ta chuẩn bị về quê thăm gia đình sau một năm học tập dài. Năm nay anh quyết định không báo cho gia đình biết trước ngày về để gây sự hứng thú bất ngờ.

2

Về đến Sa Đéc, anh đăng ký trọ ở một khách sạn khang trang, nằm trong một khu cư xá mới xây dựng theo lối kiến trúc hiện đại. Các đường hẻm dài và tương đối rộng chạy thẳng tắp ngang dọc như bàn cờ. Trong lúc anh đang tính gọi điện thoại cho nhà hàng Thanh Đào để đặt một bàn tiệc hải sản thượng hảo hạng cho buổi sum họp gia đình thì tình cờ anh nhìn thấy một tấm bảng thông cáo trên quầy đăng ký của khách sạn với hàng tít thật lớn như sau:

CHÚ Ý! CHÚ Ý!

Ông chủ khách sạn Hương Mai xin trân trọng thông báo:

Khách sạn hiện đang cần tuyển gấp một người tình nguyện vào ở phòng 115 trên lầu 1 đúng một tuần để chứng minh tin khách sạn có ma ám là tin đồn thất thiệt. Ông chủ khách sạn sẽ bao ăn ở miễn phí và còn hậu tạ một khoản tiền thưởng 10 ngàn đô khi rời khách sạn. Xin vui lòng đăng ký ngay tại đây.

Chủ nhân kính mời. Kính mời.

3

Anh ta nửa tin nửa ngờ, bèn hỏi lại cô nhân viên tại quầy đăng ký. Cô thư ký không những xác nhận tin ấy là đúng và vẫn còn hiệu lực mà còn cho biết thêm cái thông cáo ấy đã đăng từ nhiều tháng nay và cũng có một ít người đến ghi danh nhưng không ai sống sót nổi một tuần trong phòng đó. Cô cho biết tiếp là nhân viên cấp cứu đã phải vào khiêng xác họ ra. Người nào cũng chết cùng một kiểu: tự xiết cổ bằng dây thòng lọng. Tin đồn khách sạn có ma giết người ngày càng lan rộng làm khách sạn bị mất rất nhiều khách. Còn ông chủ thì mong ngày mong đêm sao cho có người đến tình nguyện giúp làm sáng tỏ những vụ án mạng bí ẩn này.

4

Tuấn không tin, cho là chuyện nhảm nhí. Anh nghĩ làm gì mà có ma, anh đã từng gác đêm ở nhà xác đại học một mình mà có thấy ma gì đâu. Đây là cơ hội tốt, vừa giúp ông chủ khách sạn chứng minh được cái tin đồn vô căn cứ đó lại vừa có chút ít tiền chi trả cho bữa tiệc gia đình sau đó, vậy thì bỏ qua cơ hội này thế nào được. Nhất cử lưỡng tiện.

5

Tuấn bèn đăng ký chính thức vào ở căn phòng nói trên. Tuy nhiên để phòng xa, anh cũng kiểm tra lại đồ đạc của mình để chắc chắn là không mang vào phòng bất kỳ một thứ dây dợ nào hết và đồng thời mang theo một cuốn nhật ký mới tinh để ghi lại mọi chuyện xảy ra trong phòng; lỡ có gì thì mọi người cũng biết được chuyện gì đã xảy ra làm chết người.

Anh tin chắc là mình thắng cuộc và bữa tiệc sắp tới với gia đình anh sẽ hào hứng thêm. Thời gian sẽ trả lời. Nghĩ đến đó, anh mỉm cười sung sướng.

6

Nhân viên khách sạn lại được một phen bàn tán, theo dõi căng thẳng. Ngày đầu tiên họ ghi nhận anh ta đi xuống lầu ăn ở nhà hàng rất vui vẻ, vừa đi vừa múa xoay vòng vừa huýt gió bản tình ca "Hồn anh ở miền thảo nguyên xanh." Ngày thứ nhì họ thấy dường như anh ta có vẻ suy tư, không hồn nhiên như trước nhưng vẫn vẫy tay chào mọi người. Rồi đến ngày thứ ba thì anh không còn chào hỏi ai nữa, cứ cúi đầu lầm lì bước đi, tâm trí mải suy nghĩ đâu đâu. Chiều hôm đó anh ta càng ngày càng lộ vẻ bực bội, gắt gỏng vô lý với nhân viên phục vụ của khách sạn, im lặng ngồi ăn, xong rồi ngồi thừ ra, đăm chiêu nhìn ra cửa. Cuối cùng đến ngày thứ tư người ta không thấy anh xuống ăn cơm trưa. Chiều hôm đó cũng không thấy anh xuống, nhân viên khách sạn vội chạy lên phòng anh ta và phải mở khoá cửa mới vào được. Một lúc sau, nhân viên cứu cấp đưa xác anh ta ra xe và chạy biến đi. "Tội nghiệp, thật tội nghiệp cậu ta! Đã bảo rồi mà có chịu nghe đâu." Cô nhân viên ở quầy đăng ký khẽ thì thầm.

7

Hôm sau, toàn bộ nhân viên của khách sạn từ ông chủ trở xuống cùng vị thám tử của ban cảnh sát điều tra hình sự đã có mặt đầy đủ trong đại sảnh đường của khách sạn. Họ nôn nóng muốn được nghe ông chủ đọc quyển nhật ký của cậu sinh viên để lại sau khi tự thắt cổ chết. Họ hăm hở muốn biết sự thật về những cái chết hết sức bí ẩn trong phòng 115 đó. Không khí trong phòng im lặng rờn rợn làm sao, chỉ nghe thấy hơi thở phì phò, hồi hộp của ông chủ mập mạp và tiếng những trang nhật ký lật qua nhè nhẹ. Người ta cảm thấy lành lạnh sau gáy, dường như những oan hồn hiện về đứng phía sau họ để làm chứng thêm về kẻ sát nhân độc ác trong vụ án mạng mới này. Sau đây là nguyên văn lời anh chàng sinh viên viết trong nhật ký do đích thân ông chủ khách sạn đọc lại.

I

Ngày thứ nhất ... (Người đẹp)

Tôi bước vào phòng lúc 11 giờ rưỡi sáng. Sau khi giở đồ trong vali ra cho vào tủ, tôi đi tắm rồi nằm dài trên giường suy nghĩ, sắp đặt các chi tiết cho bữa tiệc gia đình. Trong phòng không khí thật yên tĩnh và nhẹ nhàng, tôi chỉ nghe thấy tiếng máy điều hoà không khí kêu sè sè nhè nhẹ và chợp mắt đi lúc nào không biết. Tỉnh dậy nhìn đồng hồ thấy mới một giờ trưa. Bụng đói nên tôi đi xuống nhà hàng ăn uống. Khi trở lên phòng tôi đi kiểm soát lại một lần nữa. Cửa sổ, cửa chính đều khoá an toàn, không có bất kỳ một sợi dây nào hiện diện trong phòng cả. Tôi yên tâm nằm đọc sách nhưng chú ý lắng nghe động tĩnh trong phòng. Mọi sự êm ả. Tới năm giờ chiều, trời còn sáng, nằm hoài chán quá nên tôi mở cửa ra đứng hóng gió ở ban công. Nhìn xe cộ qua lại trên con đường chính trước mặt khách sạn một lúc thì mới để ý thấy đối diện với cái ban công của phòng tôi bên kia đường là một căn nhà hai tầng. Căn nhà này rất cổ, có lẽ phải đến trăm tuổi, có một sân thượng ở lầu trên. Trên sân thượng có một cô gái trẻ măng, khoảng chừng hai mươi tuổi, đang ngồi trên ghế dựa phơi nắng. Có lẽ cô cũng là sinh viên đi học xa về nghỉ hè như tôi. Tôi không tài nào dời mắt khỏi thân hình đầy đặn, tròn trịa, nở nang của cô gái trong bộ quần áo bikini màu xanh biếc. Người đâu mà xinh đẹp lạ thường. Cô ta đeo tai nghe với dây loa trắng lòng thòng trước ngực, đầu lắc lư một cách duyên dáng theo điệu nhạc phát ra từ máy điện thoại di động. Da trắng như bông bưởi và mái tóc đen ngắn ngang vai, mượt mà bay theo gió, lãng mạn quá đi thôi. Tôi chết mất. Không chừng cô em là Việt kiều Mỹ cũng nên. Đang nghĩ đến đây thì cô gái ngửng đầu lên nhìn tôi chằm chặp qua cặp kính mát nâu nhạt đầy bí ẩn. Rồi cô ta lại nhoẻn miệng cười với tôi mới chết chứ. Tôi như kẻ mất hồn đứng thừ ra đó cho đến khi cô ta đi vào phòng. Tôi cũng quay vào phòng, khoá cửa lại và xuống nhà hàng để ăn tối. Đêm đầu tiên ở trong phòng thật là yên tĩnh. Tôi ngủ một mạch đến sáng.

II

Ngày thứ hai ... (Trêu ghẹo)

A

Sáng hôm sau tôi dậy sớm, mở cửa sổ, cố ý nhìn về phía sân thượng nhà nàng, chỉ mong được nhìn thấy người đẹp. Nhưng chẳng thấy bóng nàng đâu. Tôi đành đi xuống dưới ăn sáng. Lúc trở lên lại phòng, tôi vội nhìn ra cửa sổ và rất vui thấy cô nương đang tập thể dục ngoài sân thượng. Tôi lật đật mở cửa ra ngoài ban công để ngắm người đẹp. Cô ta hôm nay mặc áo vàng sọc chéo đỏ, rất quyến rũ, trông như một thứ lan dại tuyệt đẹp mọc trong rừng thẳm của vùng đồi núi Sapa mù sương quanh năm. Cô ta quay lại nhìn tôi ngay khi tôi bước ra khỏi phòng, áng chừng cô cũng để ý trông chờ tôi. Ánh mắt cô tinh quái, có vẻ như nửa thân thiện, nửa đùa giỡn với tôi. Tôi cũng bắt đầu những động tác thể dục tay chân rất chậm theo thế quyền Tai Chi khí công pháp. Bỗng nhiên tôi phát giác là cô gái cũng bắt đầu chuyển sang bắt chước những động tác tay chân của tôi. Hình như cô muốn chọc ghẹo tôi, vừa mỉm cười vừa múa quyền uyển chuyển, lả lướt theo tôi, trông thật hấp dẫn, ngoạn mục. Cô hớp hồn và quyến rũ tôi một cách kỳ ảo ngoài sức tưởng tượng, tôi chưa từng có cái cảm giác ngọt ngào lạ lùng như thế này bao giờ. Tuyệt ơi là tuyệt. Ôi mê li đời ta! Nhìn tấm thân mềm mại, căng tròn, chuyển động nhịp nhàng theo tôi mà hồn tôi say đắm, đê mê, ngây ngất như bay bổng lên cõi thiên thai. Có lẽ Từ Thức trên đó nhìn xuống, cũng phải tấm tắc khen thầm đôi vũ công tài tử này.

B

Khi tôi chợt hoàn hồn tỉnh mộng thì nàng đã vào nhà lúc nào không hay. Thế là tôi đành chấm dứt buổi tập thể dục sáng, quay vào phòng đi tắm rồi ngồi trên ghế đọc tiếp truyện ngắn "Hồn tôi ở tận miền sơn cước". Mà nào tôi có đọc được gì đâu. Mắt cứ chốc chốc dán vào cửa sổ nhìn sang phòng của nàng bên kia đường. Một lúc sau, tôi đứng lên xé tờ lịch cũ hôm qua trên tường thì chợt thấy bóng cô ta trong phòng cũng đang xé lịch theo. "À thì ra cô nương này lại tiếp tục trêu ghẹo mình nữa bằng cách bắt chước làm y chang theo mình," tôi nhủ thầm trong bụng và thắc mắc không rõ ý cô nàng thực sự muốn gì. "Được rồi, để xem cô nàng có sức bắt chước mình đến đâu!" Tôi giả vờ lấy tay vuốt tóc, nhìn sang thì nàng cũng vừa vuốt mái tóc óng ả của mình xong. Tôi lại làm bộ nhảy cóc nhái trong phòng, ngó sang thấy nàng cũng đang nhảy theo. Tôi làm đủ mọi thứ trò nhưng nàng không biết mệt, cứ bắt chước làm theo y hệt. Mệt quá, tôi ngồi xuống giường nghỉ thì nàng cũng biến mất nơi khung cửa sổ. Chờ mãi không thấy hiện ra, tôi đoán có lẽ nàng ta phải đi đâu đó. Tôi nằm xuống đánh một giấc ngủ ngon lành mãi đến chiều tối mới thức dậy mà bóng nàng vẫn biệt tăm.

C

Tôi đi xuống lầu ăn cơm tối mà trong lòng cứ luẩn quẩn câu hỏi cô gái này là ai. Cô ta có liên quan gì tới những vụ án mạng trong phòng 115 vừa qua không? Tôi tự hỏi cô tìm cách quyến rũ mê hoặc người ta bằng cách bắt chước y chang họ với mục đích gì chứ. Cả đêm tôi không tài nào chợp mắt được vì cố suy nghĩ tìm cho ra lời giải đáp thoả đáng. Sáng rồi mà tôi vẫn chưa có được câu trả lời nên cứ vờ đi như không biết gì đến việc chọc ghẹo của cô nàng. Biết đâu giải pháp này giúp tôi tìm ra manh mối.

III

Ngày thứ ba ... (Tăng tốc độ)

A

Tôi bật dậy khỏi giường phóng nhanh tới tấm lịch treo tường và trước khi xé tờ giấy lịch cũ hôm qua, tôi liếc nhanh về phía cửa sổ phòng bên kia, bất chợt thấy cô cũng vừa mới xé xong tờ lịch. Tờ giấy lịch còn đang nằm trong tay nàng rồi từ từ rơi vào thùng rác bên dưới. Lúc đó tay tôi cũng vừa thả tờ lịch xuống y chang theo nàng. Tôi rất đỗi ngạc nhiên vì sự thay đổi tình thế quá mau chóng này. Mới hôm qua cô ta còn chòng ghẹo tôi và chiều chuộng tôi bằng cách bắt chước y hệt những động tác của tôi làm tôi khoái chí mà hôm nay thì hình như cô nàng đã đoán trước được mọi suy nghĩ, thói quen của tôi và bắt đầu tăng tốc độ làm nhanh trước tôi.

B

Sự việc này làm tôi rất khó chịu, bực dọc vì cảm thấy mình bây giờ bỗng nhiên bị gò bó lệ thuộc theo nàng ta. Bây giờ cô ta làm gì thì tôi cũng làm theo y chang. Thế có tức không chứ? Để thử lại sự suy nghĩ của mình, tôi quay ra làm đủ mọi thứ để xem có thay đổi được tình thế trớ trêu này không. Tôi xếp nhanh mớ sách trên bàn, rót nước trà trong bình thuỷ ra uống, nhảy cóc nhảy nhái trên sàn, v.v., nhưng lần nào tôi cũng chậm hơn cô ả một chút thành ra vẫn có cảm tưởng mình bây giờ lại là người bắt chước cô ta. Bực thật. Suốt cả ngày hôm nay cho đến lúc mặt trời lặn dù tôi có làm gì thì làm thì cũng chỉ làm theo cô ấy mà thôi, không sao thoát khỏi sự lệ thuộc vào nàng.

C

Sau khi ăn cơm tối xong tôi cay cú nằm suy nghĩ cách đối phó. Một ý nghĩ tinh quái chợt nảy ra: "Bây giờ mình cứ vẫn giả vờ làm theo để xem cô nương này có sức chọc mình đến đâu. Nhường nhịn một chút có sao đâu. Đầu óc mình vẫn còn tỉnh táo mà. Cô nàng còn khuya mới trói buộc được mình. Cứ để cô nàng dẫn đường đi. Hà hà, coi cô ả dẫn mình đi tới đâu. Biết đâu đó chẳng là điều hay. Biết đâu hai người sẽ thích nhau thật đấy."

IV

Ngày thứ tư ... (Thôi miên)

A

Tôi dậy sớm, ra ban công tập thể dục nhưng không thấy cô nàng đâu hết. Sau đó, không chờ được nữa, tôi quay vào đi tắm rồi trở ra phòng ngồi xuống bàn uống sữa tươi, rồi nhìn sang phòng nàng một lần nữa thì mừng rơn thấy cô nàng đã đứng chờ ở cửa sổ từ hồi nào. Cô nhìn tôi thật sâu, nháy mắt một cái, cười thật tươi với tôi, đôi mắt tròn đen láy dễ thương có sức thôi miên kỳ ảo làm tôi mê mẩn tâm hồn ngay, không còn tự chủ được nữa. Chưa hoàn hồn thì đã thấy nàng lôi trong tủ ra mấy cái áo ngực, quần lót rồi cột chúng lại với nhau thành một sợi dây khá dài. Bấy giờ tôi mới lờ mờ nhận ra cái đầu mối tai ương đây rồi. Tôi nhớ đến ý nghĩ của mình hôm qua liền bắt chước làm theo nàng ngay. Thế là tôi cũng lôi hết mở quần áo lót của mình trong tủ ra, quấn tròn và buộc chúng lại với nhau thành một sợi dây. Sau đó, cô ta thắt sợi dây quần áo lót thành một cái thòng lọng. Tôi tự nhủ thầm dây thòng lọng xuất hiện đây rồi nhưng việc gì phải sợ, mình có tròng vô đầu đâu, cứ bắt chước làm theo để cô ta dẫn mình tới đoạn chót mà biết rõ thủ phạm.

B

Kế tiếp cô nàng cầm cái dây thòng lọng tròng qua đầu, lúc bấy giờ tự nhiên tôi lại nghĩ tiếp: "Ừ, tròng dây thòng lọng vô đầu kể cũng nguy hiểm đấy nhưng cũng chưa sao. Mình chưa siết thì làm sao mà chết được. Tròng vào đầu rồi lấy ra mấy hồi, dễ ợt." Tôi lấy mấy ngón tay cấu vào cánh tay một cái, thấy đau nhói. "Thấy không, mình vẫn còn tỉnh táo mà. Cứ làm theo đi để xem cô ả diễn tuồng tới đâu." Thế là tôi không do dự chút nào, tròng ngay sợi dây thòng lọng vào cổ. Cô ta cười với tôi một cái thật tình tứ, mắt sáng lên tỏ vẻ cảm động. Rồi cô vừa nháy mắt khuyến khích tôi làm theo vừa lấy hai tay nắm lấy vòng thòng lọng, từ từ xoay cho cái nút thắt chạy ra phía sau gáy rồi tay phải cầm lấy sợi dây thòng lọng kéo giật lên khỏi đầu, siết chặt dần đến sát khít tận cổ. Một ý tưởng mới lại thoáng qua trí tôi: "Cứ siết chặt theo đi mà, chết thế nào được. Cô ta làm được thì mình cũng làm được. Mình siết vào rồi gỡ ra mấy hồi. Vả lại, mình vẫn còn tỉnh táo cơ mà." Nghĩ đến đây tay tôi tự động siết mạnh dần cái nút thòng lọng cho thật chặt, rồi thật chặt tận cổ đến mức ngạt thở. Mắt tôi bỗng đổ hào quang. Tôi lúng túng cố gỡ cái nút thắt phía sau lưng ra nhưng không tài nào nới lỏng nó ra được nữa. ....

(Trang nhật ký của anh sinh viên viết đến đây thì bỏ lửng với những hàng chữ rối loạn và khó đọc. Anh không viết thêm gì nữa vì đã ra người thiên cổ.)

8

Sáng hôm sau viên cảnh sát điều tra cùng ông chủ khách sạn đến gõ cửa căn nhà đối diện bên kia đường để tìm cô nương xinh đẹp chết người đó thì chỉ có hai vợ chồng già ra mở cửa đón tiếp và cho biết trong nhà không có cô gái nào hết, chỉ có hai ông bà già này thôi. Họ đi lên phòng trên sân thượng xem xét nhưng không có dấu vết gì khả nghi cả. Căn phòng bụi bặm này đã bỏ trống, không có ai ở trên mười năm nay rồi từ lúc hai vợ chồng già không còn đủ sức leo nổi cầu thang nữa. Họ đi đến kết luận cô gái trẻ đẹp và quyến rũ chết người kia, thủ phạm đã từng gây ra một loạt các vụ án mạng bí ẩn tại khách sạn Hương Mai, chỉ là một bóng ma có sức thôi miên mạnh như nam châm. Tin hay không thì tùy người đọc.

32. QUÀ TẶNG

1

Một sáng chủ nhật vợ chồng tôi đi chợ Hàn mua kim chi và một số thức ăn khô ưa thích. Đây là chợ thức ăn Á châu độc nhất của một thành phố tiếp cận trung tâm huấn luyện thiết giáp và bảo trì quân xa của quân đội Mỹ. Lúc đó tôi là thầy giáo gốc Việt đầu tiên dạy Anh ngữ cho người lớn vào buổi tối tại trường trung học phổ thông của thành phố. Đa số học viên Á châu ở đây là người Hàn quốc có thân nhân lấy lính Mỹ.

2

Sau khi mua xong mọi thứ cần thiết, mất khoảng một tiếng đồng hồ đi vòng vòng trong chợ, vợ chồng tôi ra quầy trả tiền. Sau khi rà hàng qua máy xong, bà chủ chợ cho biết đã có người trả cho rồi. Tôi cố hỏi gặng bà chủ tiệm nhưng bà ấy chỉ trả lời vắn tắt là có hai cô gái Hàn trả tiền cho rồi và xua tay giục vợ chồng tôi mang đồ đi. Tôi vừa đi vừa đoán xem là ai vì tôi đâu có quen người Hàn quốc nào trong thành phố; không lẽ là của học trò? Còn bà xã tôi thì cứ vui như hội, chẳng những không thắc mắc gì cả mà còn chọc tôi là "lù khù vác lu mà chạy."

3

Trên đường lái xe về nhà, tôi phục thầm các thương gia Mỹ buôn bán có nghiên cứu khoa học đàng hoàng và hiểu rành tâm lý khách hàng, nhất là quý bà, nên luôn luôn quảng cáo sản phẩm của họ hàng tuần trên hệ thống báo chí, truyền thanh và truyền hình với khẩu hiệu nào là mua hai tặng một hoặc bớt nửa giá hay đại hạ giá nhân dịp lễ này nọ. Cứ nhìn bà xã tôi tươi như hoa khi được tặng quà miễn phí hôm nay thì đủ hiểu.

33. TẠI SAO TÔI LẠI ĐƯỢC CHỌN?

1

Sau khi từ chức chân dạy học ở một thành phố xa vào đầu hè năm 1990, tôi dọn vào khu ký túc xá của trường đại học Kansas State University để chuẩn bị học tiến sĩ. Tôi chợt thấy trong tủ kính trên tường của phòng tiếp khách một thông báo tuyển dụng giáo viên sinh học của một trường trung học phổ thông công lập tại thành phố kế cận, cách đó khoảng mười lăm phút xe. Tôi bèn lái xe đến phòng nhân sự của học khu điền đơn xin chân dạy học này. Đây là trường trung học duy nhất của một thành phố quân sự. Hầu hết học sinh của trường là con cái của quân nhân Mỹ thuộc trung tâm huấn luyện thiết giáp và bảo trì quân xa rất lớn. Đa số phụ huynh là Mỹ đen, một số nhỏ là Mỹ trắng và Hàn quốc.

2

Khoảng một tháng sau, vào một buổi trưa hè oi bức, tôi đang mơ mơ màng màng thì nghe tiếng chuông điện thoại reo. Tôi choàng dậy, tay với cái máy điện thoại trên bàn. Đó là phòng nhân sự của học khu mà tôi nộp đơn xin việc trước đây kêu tôi đến phỏng vấn vào hai giờ trưa ngày thứ hai tới.

3

Hôm phỏng vấn, tôi đến trước 15 phút. Cô thư ký trưởng dẫn tôi vào phòng đợi. Có hai nữ ứng viên khác, trạc hai mươi lăm tuổi, da trắng nõn nà, mái tóc vàng óng ả, đang ngồi chờ trong đó rồi. Sau tôi không còn ai đến nữa. Trong khi chờ đến lượt vào phỏng vấn, tôi ngồi nghĩ thầm khó mà địch lại hai ứng viên da trắng thứ thiệt kia, phần vì tiếng Anh của họ nhất định ăn đứt tôi rồi, phần vì họ lại trẻ trung hơn tôi nhiều.

4

Khi bước vào phòng phỏng vấn, tôi thấy có ba người ngồi xung quanh một bàn tròn và một cái ghế trống dành cho tôi.

Ngồi đối diện với tôi là ông tiến sĩ hiệu trưởng, da đen; bên trái ông ta là một vị hiệu phó da trắng, và bên phải cũng là một vị da trắng, bà trưởng ban khoa học của trường. Mỗi người hỏi tôi hai câu hỏi và tôi trả lời tạm ổn và rất thành thực. Để kết thúc buổi phỏng vấn ông hiệu trưởng cho tôi biết ban phỏng vấn sẽ hội ý và thông báo quyết định của họ cho các ứng viên biết nội trong tuần tới.

5

Lái xe về đến ký túc xá chiều hôm đó, tôi hầu như quên hẳn vụ phỏng vấn này vì trong lòng đinh ninh là mình không thể nào tranh lại với hai cô ứng viên đã gặp. Thứ sáu tuần sau thình lình có một cú điện thoại chúc mừng tôi và kêu tôi tới trình diện tại phòng nhân sự của học khu để làm thủ tục nhận việc. Tôi vừa mừng rơn vừa thắc mắc không hiểu lý do gì họ lại chọn mình.

6

Bốn năm sau đó tôi mới có dịp giải toả được sự thắc mắc của mình. Trong một bữa tiệc liên hoan cuối năm, kẻ đi người ở năm đó hơi nhiều nên vui buồn lẫn lộn. Tôi nhân cơ hội ngồi chung bàn với ông hiệu trưởng và thấy không khí của bàn tiệc vui vẻ nên đánh bạo hỏi ông về lý do ban phỏng vấn đã quyết định chọn tôi. Câu trả lời của ông vừa làm tôi ngạc nhiên hết sức vừa hé mở cho tôi thấy lối suy nghĩ của người Mỹ trong việc tuyển người. Ông cho biết hai ứng viên kia có trình độ chuyên ngành cao hơn tôi. Cả hai đều có bằng thạc sĩ (master's degree) về sinh học và đã từng dạy sinh học bán thời gian ở đại học trong lúc học thạc sĩ. Tiếng Anh của hai cô cũng ăn đứt tôi luôn vì hai cô là dân Mỹ thứ thiệt, đâu có thứ giọng Ăng-lê sặc mùi Á châu như tôi. Họ chọn tôi chỉ vì hai điểm quan trọng họ cần mà hai ứng viên kia lại thiếu hẳn: Tôi đã từng có kinh nghiệm dạy sinh học ở cấp trung học còn hai cô kia thì chưa hề dạy trung học và tôi là ứng viên Á Châu duy nhất mà nhà trường muốn tuyển trong năm đó.

34. TRONG BỤI CÂY

1

Em Johnny là học sinh lớp chín mới từ trường trung học cơ sở chuyển lên trường tôi. Em lúc nào cũng tươi cười, hồn nhiên, nói chuyện líu lo, ríu rít như một con chim sẻ nhỏ mang mùa xuân tới lớp tôi mỗi ngày. Hơn nữa, tính em hiền hoà, thân thiện và lịch sự với bạn bè, thầy cô nên trong lớp ai cũng mến thương. Em có gương mặt tròn trịa, má trắng hồng như con gái, dáng người thấp bé, láng mướt như quả dưa hấu khổng lồ trong hội chợ Tết.

2

Johnny mới qua Mỹ chừng hai năm theo diện đoàn tụ gia đình do bà ngoại bảo lãnh. Ba của em là y sĩ còn đang học lại để lấy bằng hành nghề mới còn má là cô giáo dạy tiếng Pháp trong trường tôi. Em là con út trong gia đình nên bố mẹ thương em nhất nhà. Cuộc sống gia đình em thật ấm cúng mặc dù không phải là không có những khó khăn khi thích nghi với cuộc sống mới. Tôi thường nghĩ tương lai sẽ mang lại nhiều hứa hẹn tốt đẹp cho em.

3

Mẹ Johnny không lái xe được nên thường ngày ba em phải chở hai mẹ con đến trường. Một hôm vào ngày thứ hai đầu tuần, chiếc xe cũ của ba em chết máy nên một bà bạn thân dạy toán lớp bên cạnh, cũng sống ở khu gần đó, ghé đến cho quá giang. Johnny bữa đó ở nhà vì bị cúm. Xe bà bạn đang chạy bon bon trên xa lộ, sắp vào tới thành phố thì một chiếc xe khác chạy ngược chiều, chệch sang lằn bên trái, cán qua vạch đôi vàng ở giữa và tông thẳng vào đầu xe hai bà. Người tài xế lái xe ngủ gục bên kia chết liền tại chỗ còn hai bà bị thương nặng, được xe cứu thương chở thẳng tới bệnh viện.

Mẹ em Johnny qua đời ngày hôm sau còn bà bạn lái xe sống sót.

4

Sau một tuần vắng mặt, em Johnny đi học trở lại nhưng em ngồi trong lớp mà hồn tận phương nào. Mắt đỏ hoe, có lẽ em khóc nhiều thật nhiều. Lớp tôi mất hẳn tia nắng ấm áp và bầu không khí thật ảm đạm vì không còn tiếng chim hót líu lo nữa. Hai tuần sau đó Johnny không đến lớp mà cũng không về nhà nữa. Không ai biết em ở đâu. Trời mùa đông tháng đó vắng mây trắng, lạnh chưa từng thấy. Nửa tháng sau đài truyền hình loan tin một người dọn dẹp ở công viên đẹp nhất thành phố đã tình cờ phát giác ra thi thể đông cứng của em trong một bụi cây phủ đầy tuyết trắng. Thế là gia đình Johnny trong vòng một tháng đã liên tiếp mất đi hai người khoẻ mạnh, đầy sinh lực với tương lai xán lạn. Hạnh phúc vỡ tung thành những hạt tuyết trắng xoá. Chúng thản nhiên bay lượn, quay cuồng, đùa giỡn vô tình trong gió lạnh. Tuyết vẫn rơi đầy trời.

Em đang mơ gì đấy, Johnny? Em có biết hạnh phúc trong đời người vốn là một sự lựa chọn tự ý không?

5

Tôi chợt nhớ đến một hình ảnh khác, bi thương không kém. Một buổi tối đẹp trời, tôi đi bộ lang thang một lúc rồi ghé vào một nhà hàng thanh lịch nhưng giá cả phải chăng, trong khu phố Tàu của San Francisco. Tôi được xếp chỗ ngồi trong dãy các bàn nhỏ hai người chạy dọc bờ tường của tiệm. Kế bên bàn tôi là bàn của hai vợ chồng già với cô con gái cưng duy nhất. Họ vừa dự lễ tốt nghiệp nha khoa của cô vào buổi chiều và đến đây ăn mừng. No nê rồi, tôi liền thanh toán tiền, vừa rời bàn đi ra cửa thì ba người bàn bên cũng vừa xong, đứng lên và bước theo sau tôi. Đến cửa tôi sực nhớ ra mình bỏ quên cặp kính đeo mắt ở bàn ăn nên vội quay trở vào, ba người kia tiếp tục bước ra khỏi tiệm. Họ còn đang đứng bên lề đường, nói chuyện vui vẻ, chờ đèn lưu thông để băng qua bãi đậu xe công cộng bên kia. Lúc đó tôi vừa đẩy cửa bước ra ngoài thì chợt thấy một chiếc xe hơi đang phóng lên lề và lao tới đâm thẳng vào ba người. Người lái xe say rượu và hai vợ chồng già thoát chết, chỉ bị thương xoàng, còn cô con gái thì chết ngay tại chỗ. Tôi đứng ngây người trước cửa tiệm thật lâu. Giả sử như tôi không quên kính thì có lẽ tôi cũng đã đứng chờ chung với họ, như vậy số phận tôi sẽ ra sao? Tôi không biết nữa, bụng thật sự không vui mà chỉ thấy lòng se lại, mắt đỏ hoe và cay xè lúc nào không hay. Ai nỡ ngắt đi một bông hoa tươi tắn, xinh đẹp như thế? Lòng người hay ý Trời?

35. TRƯỜNG TÔI

1

Ngôi trường cuối cùng tôi dạy cho đến khi về hưu là một trường đặc biệt nhất của bang Cali. Nó không có kiến trúc của một tòa nhà khối hộp vuông hay chữ nhật như các trường trung học khác. Tuy là trường trung học nhưng thực ra nó có kiến trúc của một trường đại học lớn. Khuôn viên trường được chia ra làm 4 khu vực, đặt tên bằng chữ cái A,B,C, và D. Mỗi khu như vậy gọi là một vila. Mỗi vila gồm có một văn phòng điều hành, một văn phòng khải đạo, một nhà bếp, một phòng sinh hoạt chung và các phòng học bao quanh. Toàn trường có trên 150 phòng học và 20 văn phòng điều hành nhiều công tác khác nhau. Ban điều hành trường gồm 7 người: một hiệu trưởng, 5 hiệu phó và một tổng giám thị lo vấn đề kỷ luật. Ngoài ra, trường còn có văn phòng cảnh sát, văn phòng y tế, văn phòng sinh hoạt học đường, thư viện, phòng sách giáo khoa, v.v. Chưa kể trường còn có thêm một đại giảng đường, một rạp hát, hai phòng gym, một sân vận động lớn gồm 3 sân banh và hai hồ bơi hiện đại. Trong trường có nhiều cây cổ thụ cho bóng mát, rải rác các sân cỏ cho học sinh ngồi chơi và nhiều băng ghế dài khắp nơi. Khách đến thăm trường lần đầu tiên, ai cũng được nhà trường phát cho một tấm bản đồ khuôn viên trường để khỏi đi lạc, vậy mà không ít người vẫn chạy tới chạy lui hỏi đường. Tổng số học sinh toàn trường vào khoảng 4.500 em và số giáo viên giảng huấn trên 150 thầy cô, chưa kể 10 nhân viên dọn dẹp và 8 nhân viên phục vụ ăn trưa tại 4 nhà bếp của vila.

2

Một ngày học kéo dài từ tám giờ sáng đến ba giờ chiều, học sinh không được phép ra khỏi trường, phải ở lại ăn trưa tại chỗ. Sau ba giờ chiều là sinh hoạt học đường như các hoạt động thể thao, họp hội đoàn học sinh, tập dợt ca vũ nhạc kịch, tranh cử vào ban đại diện học sinh. Bên Mỹ sinh hoạt học đường rất sôi nổi, chứ không như bên quê nhà. Học sinh giỏi hầu hết đều ở lại trường sau giờ học để tham gia. Học sinh kém thì phải ghi danh vào các lớp phụ đạo, dạy kèm thêm các môn chính bắt buộc. Thầy cô thì thay phiên nhau trực để trông coi học sinh.

3

Lớp Việt ngữ của tôi nằm gần tháp đồng hồ ở giữa trường, trong khu D và có những hàng cây cao tôi không biết tên, được trồng dọc hai bên lối đi giữa các dãy phòng học. Mùa xuân hoa nở thành chùm nhỏ màu trắng có mùi thơm nhè nhẹ, phảng phất quyến rũ như tóc các thôn nữ. Mỗi sáng trên đường đến lớp, tôi nhìn thấy những cánh hoa trắng, nhỏ nhắn, xinh xinh, rơi xuống phủ kín ngõ đi dẫn vào lớp, trông vừa đẹp mắt vừa hữu tình. Rồi mùi hoa thơm thoang thoảng đưa lại lẫn với mùi cỏ tươi ướt đẫm sương tạo ra cảm giác dễ chịu như bước trên thảm hoa dẫn tới cõi thiên thai mơ hồ nào đó tận nơi đỉnh những ngọn núi bao bọc quanh thành phố, nổi bật trên nền trời quanh trường. Thành phố của trường tôi nằm trong một thung lũng hoa vàng rộng lớn nên nhìn quanh khắp nơi đều thấy những dải núi chạy dài vòng quanh khắp thành phố, đi đâu cũng nhìn thấy núi là núi.

4

Vào những buổi sớm mai có sương mù nhẹ, đi bộ từ bãi đậu xe của nhân viên nhà trường đến lớp, tôi có cảm giác nhẹ nhõm, tươi tỉnh vì khí trời mát lạnh. Màn sương mỏng bao bọc xung quanh khiến cho khung cảnh quen thuộc của trường khi ẩn khi hiện, mờ mờ ảo ảo trong cái không khí tĩnh lặng của cỏ cây, núi đồi. Dường như nó như mang một bộ mặt mới và làm cho lòng người gần như thoát tục. Rồi có những ngày trời xanh lơ trong vắt, không gợn chút mây, mặt trăng tròn, trắng nhạt, chưa lặn hẳn, thấp thoáng sau các vòm lá dọc đường đi. Có lúc nó treo lơ lửng trên nóc dãy phòng học, như muốn kết bạn với những khách bộ hành sớm. Tôi bước đi chầm chậm về hướng lớp của mình mà cứ ngỡ mình như trường hợp ông quan Từ Thức ngày xưa đi xem hoa trong rừng, tình cờ lạc lối vào cõi thiên thai gặp được tiên nữ rồi ở lại quên về. Nhưng rất tiếc không được may mắn vào khúc cuối nên chỉ tới cửa lớp là tan giấc mơ hoa. Tiên nữ thì hiếm thấy còn thường gặp những cô cậu học sinh ngỗ nghịch làm đau lòng thầy quanh năm suốt tháng.

5

Mỗi năm vào đầu xuân, cuối tháng ba, hoa cúc dại nhỏ, cỡ bằng đầu ngón tay, màu tím và trắng rất đẹp nở rộ trên các thảm cỏ xanh khắp trường. Trong giờ ăn trưa qua cửa sổ phòng, tôi thường hay nhìn đám học trò năng động, đầy nhựa sống tụ tập trên sân cỏ trước cửa. Các em mặc áo lạnh đủ màu sắc, nằm ngồi phơi nắng ấm và trò chuyện, ăn uống vui vẻ với nhau trên cỏ non dưới bóng các cây cổ thụ trong làn gió xuân tươi mát. Tôi có cảm tưởng như lạc vào giấc mơ hoa, thanh bình, hoan lạc của những thảo nguyên xanh mượt nằm rải rác khắp các sườn núi miền bắc và trung Việt. Còn những ngày mưa xuân lất phất, trong giờ đổi lớp học sinh đi từng đoàn lũ lượt, đầu che dù đủ màu sắc trông như những cánh bướm vờn hoa, tung tăng bay lượn khắp nơi. Ước gì có bên cạnh người em gái nhỏ hò hẹn năm xưa bên bờ biển Xuyên Mộc gia nhập vào đám hội học trò này mà đi dạo quanh trường thì thú biết mấy!

PHẦN II

18 BÀI THƠ

1. BẤT NGỜ

1

Em là cô gái hay nàng tiên,
Gõ cửa hồn anh một buổi chiều.
Em mang khuấy động từ đâu đến,
Cuốn cả hồn anh giữa đêm sâu.

2

Những giấc mơ tiên tự thuở nào,
Rủ nhau về nở trắng đêm thâu,
Ủ ấm lòng anh, tươi bóng em.
Tưởng là hư ảo, ngỡ là mơ,
Nào ngờ hình ảnh người em ấy,
Xoáy tận trong tim, hớp cả hồn.

3

Em chốn xa xôi có biết đâu,
Hồn anh rét mướt mỗi đêm về,
Tìm em sưởi chút hương thành nội.
Cho dẫu muôn thu vẫn đậm màu.
Rồi sau nếu có sao chăng nữa,
Thì cũng còn vương chút ít duyên.

❖ CHI QUOC NGUYEN ❖

2. BIẾN CHUYỂN

1

Lúc đầu mới quen em,
Thơ anh vang câu đùa,
Làm em cười không thôi.
Bây giờ lỡ thương em,
Thơ cóc hóa thơ tình,
Câu đùa biến như sương,
Làm lòng em vấn vương.

2

Anh ơi, em hổng chịu,
Thứ thơ triết lý này,
Đọc sao nhức đầu ghê.
Em muốn thơ cóc xưa,
Đơn sơ thật chân tình,
Của họ nhà trâu nước[1].

3

Trả lại cho em đi!
Câu đùa trong thơ cóc,
Giúp em nhoẻn miệng cười.
Mỗi ngày và hàng ngày,

Mỗi đêm và hàng đêm,
Như tình em yêu anh,
Trắng trong hơn hoa bưởi,
Tung bay khắp hồn anh.

4
Mỗi chiều thu nhạt gió,
Anh nhặt, ép vào tim.
Hoa trắng nhuốm ánh hồng,
Phảng phất hương thương nhớ,
Giữa hai bờ biển đông.

Chú thích:
  1. *Tác giả tuổi con trâu.*

❖ *CHI QUOC NGUYEN* ❖

3. CÔ GÁI ĐẸP

1

Em là cô gái Việt Nam xinh,
Số phận lạ lùng đưa em đến,
Nghiên cứu đạn bom xứ lạ này.
Trí em cao, kiến thức em sâu,
Đây là đất em thoả ước nguyền.

2

Em đem sáng tạo vào thực tế,
Làm bom nổ chậm xuyên đất sâu,
Giết lũ hung nô, bọn bạo tàn.
Báo Việt ngợi ca em hồ hởi,
Tự hào về cô gái bom khôn.

3

Tình cờ biết em qua báo chí,
Mong gặp em cho thoả tấm lòng.
Hôm qua nhân dịp đi thăm bạn,
Nhìn thấy em trong đĩa nhạc video.
Em là người điều khiển chương trình,
Dáng em thon, tiếng nói dịu dàng.
Nào ai ngờ cô gái chế bom.
Giọng nhiệt thành, nụ cười hiền hậu,
Mắt long lanh phảng phất nét sầu.

Không gian thu hẹp lại không ngờ,
Để hồn tôi gần gũi hồn em.

4

Tươi tỉnh tim tôi, nhẹ cả lòng,
Em đã nghe tiếng lòng nhân ái,
Về nguồn nhân hậu, cõi thiện tâm.
Tôi cảm phục, ngưỡng mộ vô cùng,
Em, óc dũng cảm, trí siêu phàm,
Muôn đời là cô gái đẹp trong tôi.

4. ĐIỆN ĐÀM

1

Sáng nay thật bất ngờ,
Em gọi điện cho anh,
Nói chuyện một đỗi lâu.
Em dặn dò đủ thứ,
Như người tình trăm năm.

2

Giọng em nhỏ nhẹ trong,
Man mát tựa gió đồng,
Qua làn sóng điện từ,
Vượt đại dương ngàn dặm,
Nhảy múa bên tai anh.

3

Tia nắng thiên thần kia,
Thấp thoáng trong tiếng em,
Tỏa ấm nơi tim anh,
Xua tan hồn mộng mỵ.
Đưa anh đến bến mơ,
Bên gốc đa đầu làng,
Nơi khắc sâu lời thề thốt,
Nơi chạm vàng mối tình thâm.

5. GIẤC MƠ HOA

1

Quen em chưa ba tháng,
Mà cứ ngỡ ba năm,
Tình đơn sơ chất phác,
Mộng dệt không gấm hoa.

2

Những lá thư vụng dại,
Xuyên thủng trái tim anh.
Những bài thơ ễnh ương,
Rúng động tơ hồn em,

3

Tình đôi ta cao vút,
Như diều hoa căng gió,
Như tiếng sáo Trương Chi[1],
Quyện xoáy thành cơn lốc,
Trên thảo nguyên thơm lành.

4

Rồi tan như gió thoảng,
Chẳng ai biết ở đâu.
Em hóa thành hoa dại,
Nô đùa cùng gió đông,
Anh biến ra trâu hoang,

Say sưa đắm vũng bùn.
5
Vui vầy trên đồng thắm,
Ven hai bờ biển xanh,
Dưới ánh trăng mờ ảo,
Cho đến tận muôn thu,
Trong không gian vô tận,
Trong vũ trụ không bờ.

Chú thích:

1. *Trương Chi là tên một nhân vật nam có tài thổi sáo tuyệt diệu trong truyện cổ tích Việt Nam.*

6. HIỂU LẦM

1

Quen nhau trong lớp học,
Tình bạn dài lâu thôi.
Nhưng tình bỗng lên cao,
Mỗi sáng chờ thư em,
Hàng đêm đọc thơ anh.
Ra ta hợp tâm đầu.

2

Tình cảm nảy nở nhanh,
Cây đời tươi màu mạ.
Em cười thôi là cười,
Mỗi khi đọc thơ anh.
Anh cũng cười không kém,
Mỗi khi xem thư em.

3

Tưởng trời chói chang mãi.
Nào ngờ mưa bão tới,
Chuyện thật chẳng có gì.
Anh viết thư không rõ,
Em ngây thơ không hiểu,
Thành ra hiểu lầm nhau.
Em giận đỏ cả mặt,

Anh oan muốn nhảy cầu.

4

Thư qua lại đôi lần,
Mây đen chợt qua đi,
Bầu trời xanh trở lại.
Anh và em làm hòa,
Cả hai cười một mẻ,
Cây cỏ rung rinh theo.

5

Nàng gió đâu hiện ra,
Vỗ nhẹ đôi cánh tiên,
Ru hồn vào mây trắng,
Cõi mộng bồng bềnh trôi,
Giữa không gian vô tận.
Tình ta ôi là tình!
Tình thiên thu, thiên thu.

7. HOA THƯƠNG NHỚ

1

Mới hôm nào em hứa,
Chờ anh đến thiên thu.
Anh tự hào có phước,
Rồi vụng dại yên lòng.
Hôm nay em lại bảo,
Chờ anh tình mỏi mòn,
Cổ dài thêm mấy phân.
Biết bao giờ anh đến?
Để tình thôi héo tàn,
Để môi tươi thắm lại,
Anh ơi, đến mau nhé!
Thảo nguyên, giường đã sẵn,
Vòm trời xanh là phòng.

2

Em ơi, em đâu biết,
Hồn anh lạc lối về,
Lẩn quẩn miền sơn cước,
Mong về lại bên em.
Sương mù xuống ướt áo,
Chân đã mỏi đường mòn,
Tìm vẫn chưa thấy lối,

Chỉ có ánh trăng soi.

3

Lòng nhớ nhung vô hạn,
Người em gái bên kia,
Tóc phai dần màu xanh,
Da mất lần sắc thắm.
Nóng lòng chờ không ngủ.
Không tin anh đã quên,
Lời hẹn ước năm xưa
Bên bờ biển Xuyên Mộc.

4

Nước mắt trên má em,
Nước mưa trong tóc anh,
Không hẹn cùng rơi xuống
Mảnh đất lành thiêng liêng,
Nở thành loài hoa dại,
Trong trắng như thiên thần,
Tên hoa là THƯƠNG NHỚ.

8. KHÔNG CÓ THƯ

1

Hôm nay mở hộp thư,
Không có thư em gửi,
Lòng thất vọng vô cùng.
Rồi đâm ra ngờ giận,
Biết em còn thương không?
Hay là cuộc tình đùa.
Nhất định không thư nữa.
Coi chuyện tình như xong.

2

Chợt nhớ lời em dặn
Từ khi bắt đầu quen.
Nếu có gì không thuận,
Phải viết thư cho biết.
Không được bỏ viết ngang.
Như thế tránh hiểu lầm.
Kinh nghiệm đã một lần,
Mất bạn suốt một đời,
Đến khi hiểu ra lẽ,
Thì nấm mồ đã phai.

3

Bài thơ này anh viết,

Khi bão hồn dịu lại.
Mình đâm ngượng với mình,
Tầm thường đến thế thôi.
Yêu đâu làm tội làm tình,
Tình không ràng buộc thì tình bay cao.

4

Từ nay hễ thư em chưa đến,
Anh ra vườn chăm đám hoa tươi,
Nâng niu hoa, thương nhớ đến ai.
Mùi hoa thoảng, biết em vương vấn,
Dáng hoa mềm xoa dịu hồn anh,
Đêm đến, đặt hoa bên gối chiếc,
Hồn hoa linh quyện với thân phàm,
Thành khối mơ tiên toại ước nguyền.

9. KHÔNG LỐI THOÁT

1

Một mình ngồi trong phòng,
Bên mình không một ai.
Cô độc nhất trên đời,
Cô đơn không thể tả,
Biết đi đâu, về đâu?

2

Bạn bè mất gần hết,
Một ít không tìm ra,
Anh em xa ngàn dặm,
Có gần cũng chẳng ưa.
Vợ con sát cạnh bên,
Mà xa tít chân mây.

3

Nỗi cô đơn già yếu,
Quyện chặt lấy thân gầy,
Trốn ở đâu bây giờ?
Chạy đi đâu cho thoát?
Hồn tôi bay về đâu
Khi nắng chiều vàng úa?

4

Tôi nhớ khi còn bé,

Sinh lực đang dồi dào,
Chẳng biết tới cảnh già,
Cứ tưởng trẻ thế mãi.
Bây giờ già yếu tới,
Sau này tệ hơn nữa,
Không tự lo cho mình,
Thì hoa đời héo rụng,
Mà nào ai có hay.

5

Có lần thời thơ ấu,
Đuổi bướm dọc hàng rào,
Chợt thấy bác Phi béo,
Một ông già hàng xóm,
Một mình trên ghế đu,
Dưới hiên trước sân nhà,
Khoé mắt còn đỏ hoe.

6

Tự hỏi sao bác khóc,
Mà không giải thích nổi.
Và cứ thắc mắc mãi,
Chuyện gì làm bác buồn.

7

Năm mươi năm trôi nhanh,
Tôi nay già như bác.
Một mình nơi phòng trống,
Vợ con biến đâu mất,
Im lặng trong bóng tối,
Nước mắt vương sau mi.

8

Câu trả lời chợt đến,
Giúp tôi hiểu ra lẽ,
Vì sao bác khóc thầm,
Một mình và một mình
Trên ghế đu trước cửa.
Luật đời vốn như thế,
Đến chết mới thoát ly.

10. MẸ TÔI

1

Khi xưa tôi còn bé,
Mẹ tay ẵm tay bồng.
Những hôm bé nóng đầu,
Mẹ ngược xuôi chạy thuốc.
Hơi ấm từ thân mẹ,
Truyền sang con bé bỏng
Vào những ngày mưa giông.

2

Rồi những ngày nắng ráo,
Mẹ kể chuyện trong chăn
Dưới ánh đèn lung linh.
Bé thấy mẹ rất trẻ,
Dù tuổi đã trung niên.
Tóc mẹ kề tóc bé,
Hai mái đầu màu mạ,
Ai biết ai là ai?

3

Mỗi sáng mẹ đi chợ.
Bé nhấp nhổm ở nhà,
Mong sao mẹ sớm về
Để có đồng quà tươi.

4

Rồi một hôm ngủ trưa
Giật mình tôi thức giấc
Ngạc nhiên sao nhà mình
Lại có bà tóc bạc
Ngồi lau sàn phía chân.
Nhổm dậy xem là ai,
Thì ra là mẹ đó.
Tóc mẹ bạc phơ rồi,
Mà nào con có hay.

5

Giờ mẹ tuy vẫn khoẻ,
Nhưng đã ngoài chín mươi.
Lưng đã còng rất thấp,
Bước đi chậm chậm dần.
Tôi cũng không còn trẻ,
Tóc nay đã hoa râm,
Mà mỗi khi gần mẹ,
Thấy mình hoá trẻ thơ.

11. SA ĐÉC

1

Tôi là kẻ tha hương
Phiêu bạt nửa đời người
Nơi đất lạ quê xa.
Mỗi chiều thu nắng ấm
Nhắc tôi nhớ quê xưa.
Bên kia bờ đại dương,
Sa Đéc là quê ngoại
Với những vườn cam ngọt,
Với những trái xoài xanh.

2

Và những cây cầu khỉ
Vắt ngang con rạch dài.
Những khóm hoa dâm bụt
Đỏ như máu anh lính,
Xen lẫn với hoa bưởi,
Trắng như tấm lòng trinh
Của cô nhân dân vệ.

3

Tôi làm sao quên được
Ngôi trường xinh xắn xưa,
Bên cạnh kho đạn mìn

Mà hàng rào kẽm gai
Soi bóng dưới ao sen.
Và những hàng phượng vĩ
Đứng chào quanh sân trường.

4

Nơi tôi và các bạn
Thường xúm quanh thầy cô,
Hàng năm và mỗi năm
Tâm sự lẫn ước mơ
Mảnh đất lành thương mến,
Vun xới dưới tay em
Đầy ấm no sung túc.

12. SÁU MẸ CON

1

Nhà không nuôi gia súc,
Không phải vì không thích
Mà là chăm không nổi
Những con vật đáng yêu.

2

Một hôm con mèo hoang
Trong xóm nghèo ấm áp
Tha về một lũ con.
Bốn vàng và một đen,
Mũm mĩm trông dễ thương,
Tung tăng chạy trong vườn,
Đầy bóng mát mận đào.

3

Buổi trưa hè nắng gắt.
Qua cửa sổ phòng ngủ
Tôi tình cờ bắt gặp
Sáu mẹ con im ắng
Dưới gốc hồng mơ màng
Với bóng êm gió mát.

4

Mấy đứa con nũng nịu,
Chẳng chịu nằm gần mẹ
Mà tranh nhau rúc đầu
Vào thân mẹ ấm êm.
Mèo mẹ biết ý chiều,
Nằm yên không cựa quậy,
Ôm đám con vào lòng.

5

Tôi thấy yêu thế gian,
Yêu thiên nhiên bình dị.
Và trong khoảnh khắc đó
Không thời gian ngưng đọng.
Ranh giới người và vật,
Tan biến vào hoa nắng.

6

Hình ảnh mẹ con mèo,
Quây quần êm bên nhau,
Mặc cho đời cay nghiệt,
Tận hưởng thứ hạnh phúc,
Mong manh gió thoảng này.
Một cảm giác bình yên,
Tràn ngập trái tim tôi.

7

Giây phút tuyệt diệu đó,

Đọng lại trong trí tôi.
Tình mẫu tử ngọt ngào,
Không phân biệt vật người,
Cao thấp lẽ có khác,
Quyện với nhau làm một,
Rực sáng như pháo bông
Nơi thiên đàng trần thế.

13. THAM LAM

1

Quen em nên hóa thi sĩ cóc,
Thích anh bởi những lá thư si.
Tình anh và em khắng khít dần,
Đêm đêm mở máy, đợi thư anh.
Sáng sáng mài thơ, hăng máu vịt.

2

Vài hôm mà thư chưa kịp tới,
Giận hờn, em ra riết đòi thơ,
Làm như anh là máy in thơ,
Bấm nút là thơ tuôn tuồn tuột.

3

Em ơi! em biết chăng hỡi em,
Nỗi khổ đau gã lụy tình này?
Không ý, lấy thơ đâu mà viết,
Tự hỏi sao tình em ác thế,
Trói buộc người, ngạt cả ý thơ.

4

Em nào biết thơ theo làn gió,
Xuyên tim anh, đọng chốn hồn em.
Gió đi hay đến nào ai biết,
Nàng thơ thăm viếng chẳng ai ngờ.

❖ CHI QUOC NGUYEN ❖

14. THIÊN THU

1

Hỡi cô nhân tình bé bỏng ơi!
Tôi muốn môi cô nở nụ cười,
Cho hồn cô đơn thôi nhạt nắng,
Cho tim mệt mỏi thắm rộ hoa.
Hồn tôi quyện lẫn với hồn em,
Thành một khối linh hồn bất diệt,
Nhảy múa quay vòng đến muôn thu,
Dưới sương mờ và trong gió thoảng,
Bên nắng chiều, ráng hồng lung linh.

2

Tiên nữ em ơi, em đâu rồi?
Mau lên em! Nhanh lên với nhé!
Tình đã say, nhạc vàng đã trổi,
Ta dìu nhau về thảo nguyên xưa.
Em đàn ca, nấu nướng,
Anh kể chuyện, ngâm thơ.
Hồn đôi ta bay bổng bồng lai,
Tình vô biên, vũ trụ vô bờ.

15. TIA NẮNG

1

Em là tia sáng cõi vô biên,
Đi suốt muôn thu chợt ghé vào,
Mang chút nắng trời soi giường lạnh,
Đem giấc mơ tiên trải gối đơn.

2

Em tải nắng thiêng từ thiên thể,
Truyền xuống thân anh, hạt bụi trần,
Sưởi tấm da mồi chút luyến lưu,
Ủ mảnh hồn hanh mớ nhớ thương.

3

Tia nắng thiên thần, tia nắng xanh,
Soi sáng cho anh mọi nẻo trần,
Xua tan mây mù giăng khắp lối,
Biến duyên tao ngộ thành tình thiên thu.

16. TÌM THẤY*

1.

Khi xưa tôi còn bé,
Hay nô đùa với bạn
Trong xóm cạnh mé rừng.
Tôi ném phi tiêu đỏ
Về phía mặt trời mọc,
Nó bay nhanh vun vút,
Biến mất trong tầm mắt,
Tôi không biết ở đâu.

2.

Một hôm bạn không đến,
Tôi buồn, ngồi làm thơ,
Viết trên tờ giấy trắng.
Xếp thành chiếc máy bay,
Ném lên trên trời xanh.
Nó bay lượn một hồi,
Rồi biến đi đâu mất.
Tôi không biết ở đâu.

3.

Rồi nhiều năm sau đó
Tôi tình cờ tìm thấy
Mũi phi tiêu đỏ chót

Vẫn nguyên vẹn như xưa
Trên thân cây thông già.
Và bài thơ năm cũ,
Trọn từ đầu đến cuối,
Trong con tim sôi nổi
Của người tình bất ngờ
Bên kia bờ đại dương.

4.

Cô ép thơ vào ngực,
Hơi thở và lời thơ
Hoà lại thành khối mơ,
Xoa dịu nỗi nhớ nhung
Người cô yêu lưu lạc
Nơi phương trời xa xăm,
Biết bao giờ mới gặp,
Cho tình cô chút mặn mà,
Cho giọng cô giọng hằng nga.

Chú thích:
  * *Phóng tác theo ý bài thơ "Arrow and the Song" của thi hào Henry Wadsworth Longfellow.*

17. VỀ THĂM NGOẠI

1

Hôm qua em theo mẹ
Về thăm ngoại dưới quê.
Trên đường làng quanh co,
Giữa những rặng tre xanh,
Em bỗng thấy thấp thoáng,
Trong đám hoa dâm bụt
Bên kia cây cầu khỉ,
Bóng áo bà ba nâu
Với khăn rằn trước ngực
Của một cô gái quê,
Trước mộ bia xiêu vẹo.
Còn ngôi mộ hoang liêu
Đã mòn thành đường đi.

2

Cô tần ngần đứng lại,
Rất lâu và rất lâu,
Tự hỏi đây có phải
Nơi an nghỉ ngàn thu
Của anh lính cộng hòa,
Đã hy sinh đời son trẻ
Cho quê cô gió tự do,

Cho em cô bát cơm đầy.

3

Em chợt để ý thấy,
Xung quanh tấm mộ bia
Nét chữ nay đã nhòa,
Có một loài hoa nhỏ,
Hoa vàng với sọc đỏ,
Như máu người lính trẻ
Thấm sâu vào mạch đất
Và nở rộ thành hoa.

4

Và em lại thấy nữa,
Những giọt nước mắt xuân
Trên má cô thôn nữ,
Rơi xuống mảnh đất thiêng,
Tưới cho loài hoa dại.

5.

Khiến em chợt nghĩ đến
Tấm tình chung muôn thuở
Của linh hồn dân Việt,
Qua bao nhiêu thế hệ,
Quyện lẫn trong máu anh
Hoà trong nước mắt em,
Tươi thắm như hoa kia,
Cho đời em chút mặn mà,
Cho tiếng em giọng Việt Nam.

❖ CHI QUOC NGUYEN ❖

18. VU VƠ

1

Anh là kẻ si tình,
Sống trong cùng một xóm
Với cô em hiền hậu,
Da trắng như hoa đào,
Căng hồng không phấn son.

2

Tim anh đập rộn ràng,
Mỗi lần đi ngang ngõ
Nhìn trộm qua khung cửa.
Bóng hồng lẫn bóng đào,
Không biết ai là ai.

3

Nhưng khi em mỉm cười,
Thì anh nhận ra ngay.
Người em gái anh thương,
Có má lúm đồng tiền.
Và tia sáng thiên thể
Lóng lánh trong mắt em,
Đọng lại qua tiếng cười,
Giòn tan vang trong gió.

4

Rúng động con tim anh,
Kẻ si tình ngoài ngõ,
Đứng như trồng cây si,
Bên cạnh cây anh đào,
Mỗi đêm và hằng đêm
Mà nào em có hay!

5

Ước gì em nhìn ra,
Chứng được mảnh tình này,
Chân thật biết là bao!
Đơn giản không se sua,
Dâng cho em tất cả,
Những dịu ngọt đầu đời.

6

Em ơi, em có biết?
Bên ngoài phòng ấm êm,
Chỉ có anh và gió lạnh
Vu vơ chẳng chịu rời.

❖ *CHI QUOC NGUYEN* ❖

VÀI LỜI VỀ TÁC GIẢ

Tác giả đã tốt nghiệp Trường đại học Sư phạm Saigon về ngành giáo dục trung học năm 1972 và dạy 7 năm môn khoa học tại một trường trung học phổ thông công lập của thị xã Sa Đéc, tỉnh Đồng tháp, Việt Nam. Đến năm 1979, ông rời quê hương bằng thuyền, sống 3 năm tại các trại tị nạn và cuối cùng đặt chân lên đất Mỹ vào mùa hè năm 1982. Vài năm sau đó, ông trở lại Đại Học Đường Kansas State và hoàn tất văn bằng Tiến Sĩ về khoa Tâm Lý Giáo Dục năm 1993. Ông đã từng dạy 14 năm Sinh học ở bang Kansas, 16 năm Anh ngữ như ngôn ngữ thứ hai và Việt ngữ tại bang Cali và cuối cùng về hưu năm 2015.

Tác giả (2015)

ABOUT THE AUTHOR

The author graduated from The School of Pedagogy of University of Saigon, with a major in secondary education in 1972 and taught science for seven years at a public high school in the town of Sa Đéc, Đồng Tháp province, Vietnam. In 1979, he left his homeland as a boat person, spent three years in different refugee camps and finally came to the United States in the summer of 1982. Several years later, he went back to college and completed his doctorate degree in Educational Psychology from Kansas State University in 1993. He taught Biology in Kansas for 14 years, ESL and Vietnamese in California for 16 years, and eventually retired in 2015.

www.ingramcontent.com/pod-product-compliance
Lightning Source LLC
Chambersburg PA
CBHW070839030726
47504CB00005B/1152